ఆది ఆంధ్రుడు

(పద్యకావ్యం)

ఆచార్య కొలకలూరి ఇనాక్

ADI ANDHRUDU (a poem)

by

Prof. Kolakaluri Enoch

First edition published on 2008,

by

Jyothi Granthamala,

Anantapur,Hyderabad,Tirupathi

Second edition by Kasturi Vijayam, June,2023

ISBN: 978-81-962667-9-0

Print On Demand

Ph:0091-9515054998

Email: Kasturivijayam@gmail.com

Books available

@

Amazon,Flipkart, Google Play, ebooks, Rakuten and KOBO

విషయ సూచిక

1.నేపథ్యం 1-43

1. జానపద భుజంగరాయుడు 1
2. రాజా వాసిరెడ్డి వేంకటాద్రి నాయుడు...... 13
3. చారిత్రక భుజంగరాయుడు 19
4. భుజంగ రాయుడి వైశిష్ట్యం.............. 23
5. ప్రక్రియా నిర్ణయం 27
6. నూత్న యతులు 30
7. పూర్ణకుంభం 34
8. కావ్యేతివృత్తం 39
9. సంకల్పం.................................. 43

2.ఆది ఆంధ్రుడు.................................47-185

1. బాల్యము 47
2. చైతన్యము 53
3. పరాక్రమము 57
4. ఆశయము 60
5. ఆశ్రయము 66
6. సౌందర్యము............................... 70
7. సంస్కారము............................... 75
8. సాధనము 80
9. లక్ష్యము 84
10. రక్షణము 91

11. సందేహము............................ 95
12. నిర్మాణము............................ 100
13. అభిమానము 106
14. పరాభవము 109
15. ఆక్రందనము 118
16. అనివార్యము 123
17. హననము............................ 133
18. విచారము 138
19. నియంత్రణము 143
20. ప్రాసాదము............................ 148
21. ప్రాసన్న్యము 153
22. శాసనము............................ 159
23. స్వీకార్యము 163
24. ఉద్వాహము 167
25. సంతానము............................ 177
26. ప్రతాపము 181
27. విజయము............................ 185

3. కవి పరిచయం............................ 194

నేపథ్యం

ఆది ఆంధ్రుడనే ఈ కావ్యం దళిత జీవితానికీ, చారిత్రకేతివృత్తానికీ సమన్వయంగా ఉంది. దీనికి సంబంధించిన చరిత్ర గత 250- 150 సంవత్సరాల మధ్యకాలంలో చింతపల్లి, తర్వాత అమరావతి రాజధానిగా పాలించిన వాసిరెడ్డి వేంకటాద్రినాయుడి సంస్థానంలో వర్ధిల్లిన భుజంగరాయుడి జీవితానికి సంబంధించిన కథాంశంతో కూడి ఉంది. నాయుడు ప్రేమ మూర్తిగా, రాయుడు విశ్వాస పాత్రుడుగా పెనవేసుకుపోయిన రెండు జీవితాలకు సంబంధించిన గాథ ఇది. ఆంధ్రత్వం మూర్తీభవించిన రాజు కొలువులో దళిత చైతన్యం వెల్లివిరిసిన రాయుడు ఆది ఆంధ్రుల వారసుడై వర్ధిల్లాడు. వీరుడుగా, సేనానిగా, మంత్రిగా, కవిగా, రాజప్రతినిధిగా, రాజుకు సలహాదారుగా వివిధ బాధ్యతలు నిర్వర్తించిన గొప్ప శాంతమూర్తిగా రాయుడు ప్రత్యక్షమవుతాడు.

1. జానపద భుజంగరాయుడు

భుజంగరాయుడనే చైతన్యమూర్తి చారిత్రక పురుషుడనీ, ఆదిఆంధ్రుల వారసులలో ప్రముఖవీరుడనీ, మేధావి అనీ, సంస్థానంలో అస్పృశ్యత రద్దు చేయించాడనీ, చిన్నతనంలో నాకు చాలా విషయాలు చెప్పారు, పెద్దలు.

భుజంగరాయుడు పరాక్రమశాలి, పండితుడనీ, ఆరంభంలో చింతపల్లి, ఆ పైన అమరావతి రాజధానిగా పాలించిన వాసిరెడ్డి వేంకటాద్రినాయుడి కొలువులో రాయుడు సైన్యాధ్యక్షుడుగా, ప్రముఖుడుగా, రాజుకు తమ్ముడంతటి స్థానం పొంది, గౌరవం, మర్యాద, మన్నన, ఆత్మీయత తెచ్చు కొన్నాడనీ చెబుతూ వచ్చారు.

రాజుల,బ్రాహ్మణుల ఆధిక్యానికి కారణమైన భుజబలం, బుద్ధిబలం సంపాదించుకొని, వాళ్ళ దుష్టత్వం, ధూర్తత్వం తెలుసుకొని, తిరస్కరించి వాళ్ళను ప్రేమతో సంస్కరించాడని తెలుపుతూ వచ్చారు.

భుజంగరాయుడు తన మీసం ఎవరినీ తాకనిచ్చేవాడు కాదని, రాజును కూడా తాకనివ్వలేదని, ఎప్పుడూ చెప్పుల్ని విడిచేవాడు కాడని, కొలువులో కూడా చెప్పులు తొడుక్కొనే ఉండేవాడని, ఏ పరిస్థితుల్లోనూ పంచె పైకెత్తేవాడు కాడని, కాలి బొటినేలు గోరు కూడా కనపడనీయకుండా పంచె కట్టేవాడని చెప్పేవాళ్ళు.

కవీ పండితుడే కాదు, ఆస్థాన కవుల కావ్యాలలో గుణ దోషాలు చూపించి, తప్పులు దిద్దే సాహితీ విమర్శకుడనీ ఎంతో భక్తితో చెప్పేవాళ్ళు.

భారీ శరీరం కలవాడని, కర్రసాము కత్తి యుద్ధాలలో నిపుణుడని, ఎన్ని పోరాటాలు చేసినా, ఎందరు శత్రువుల్ని ఓడించినా, బంధించేవాడు కానీ, చంపేవాడు కాడనీ, శాంతమూర్తి అనీ విన్నాను. చంపనివాడు, చంపించనివాడు సైన్యాధ్యక్షుడుగా ఎలా ఉండగలిగాడా అని ఆశ్చర్యంగా ఉండేది.

108 గుళ్ళు, 108 కొలనులు, అమరావతి కోటా, నగరమూ నిర్మింప జేశాడంటే; పునాదుల దగ్గర్నుంచి ఇంటిపైన కప్పేసిందాకా కట్టే పూరిపాక తతంగం చూచిన నాకు, చాలా గొప్పవాడే అనిపించేది.

రాజులు సేనానుల్ని కాపాడుతుంటే, సేనానులు రాజ్యాన్ని కాపాడతారనే కతలు చదివే వయస్సులో రాజును రక్షించిన సేనానిగా ఇతణ్ణి గురించి చెబుతుంటే చిత్రంగా ఉండేది.

500 మంది దొంగల్ని ఒక్కడే జయించి, బంధించి, తెచ్చి బందిఖానాలో పెట్టాడని చెబితే, భుజంగరాయుడు దేవుడై ఉంటాడనుకొన్నాను.

సంస్థానానికి గోల్కొండ ప్రభువుల నుంచి, మచిలీపట్టణం, గుంటూరుల్లోని ఈస్టిండియా కంపెని కలెక్టర్ల నుంచి ఆటుపోటులు వస్తుంటే వాటినుంచి సంస్థానాన్ని, రాజును కాపాడేవాడని ఎన్నో కథలు బుర్రలోకెక్కించారు.

ఐదుగురు భార్యలుండేవాళ్ళని, పంచవర్ణాల వాళ్ళను పెళ్ళాడాడని, లెక్కకు మిక్కిలిగా సంతానం కలిగిందని చెబితే, ఇద్దరు ముగ్గురు పెళ్ళాలున్న వాళ్ళని, వాళ్ళకు గలిగిన పదీ పదిహేను మంది పిల్లల్ని చూసిన నాకు, ఐదుగురు భార్యలు, లెక్కబెట్టలేనంతమంది పిల్లలు అంటే ఆరోజుల్లో వీడు మొనగాడురా అన్న ఆనందమే కానీ ఆశ్చర్యం కలగలేదు.

ప్రథమ స్వాతంత్ర్య సంగ్రామంలో తానూ పాల్గొంటానని, తొంభై ఏళ్ళ వృద్ధుడు కరవాలం తీసి గుర్రం కోసం వెతికాడన్న కథ ఆశ్చర్యం కలిగించింది.

మాయ తివాచి, కీలుగుర్రం, ఆకాశ యానం, మాయల మంత్రాల ప్రయాణాలు ఇష్టంగా ఉండే నాకు, భుజంగరాయుడు అమరావతి నుంచి ఢిల్లీ పోయి పోరాడతాననటం, ఆ వయస్సులో యుద్ధరంగానికి ఉరుకుతాననటం ఉత్సాహాన్నీ, ఉద్రేకాన్నీ కలిగించాయి.

ఐదుగురు భార్యలంటే ఆశ్చర్యం లేదుకానీ, అయిదు వర్ణాల వాళ్లంటే అబ్బురమే! ఏ వర్ణ స్త్రీకి పుట్టిన పిల్లల్ని ఆ వర్ణంలో కాకుండా, అయిదు వర్ణాలలో పిల్లల్ని యిచ్చి పుచ్చుకొన్న వివాహాలు జరిపించాడని చెబుతుంటే నాకు అప్పట్లోనే గొప్పగా ఉండేది.

తొంభై మూడేళ్ళ వయస్సులో అందరికీ వీడ్కోలు చెప్పి, నవ్వుతూ కన్నులు మూశాడంటే ఏడుపు వచ్చింది. ఏడుపు చనిపోయినందుకో, నవ్వినందుకో, నవ్వుతూ మరణించినందుకో తెలియదు. మృత్యువును నవ్వుతూ ఆహ్వానించటం, భయం కలిగించింది.

సర్వాయి పాపారాయుడు, బాలచంద్రుడు, బీర్నీడు, కన్నమనీడు, రాయల కొలువులోని మాదిగ దండనాయకులు, వీళ్ళ చరిత్రలు వింటుంటే గొప్ప వీరులనిపించేది. బ్రతికితే భూ భర్తృత్వం, చస్తే స్వర్గం అనుకొన్న రావణుడు, బ్రతికి ఉంటే నూరుగురితో సామ్రాజ్య సౌఖ్యం, చనిపోతే స్వర్గసౌఖ్యాలు అని పద్యాలు పాడి స్టేజీ అదరగొట్టే దుర్యోధనుడు గుర్తుకు వచ్చి వీళ్ళు మనుష్యులుకారు, మామూలు మనుషులు అసలు కారు, అనుకొని మృత్యువంటే ఎవరికయినా భయమే దుఃఖమే అని తలచి, భుజంగరాయుడు మహాత్ముడనుకొనేవాణ్ణి.

బడికిపోరా, చదువుకోరా అని చెట్లమ్మట పుట్లమ్మట తిరుగుతూ ఉండే నన్ను పట్టి కూర్చోబెట్టి, చదువుకొంటే, విద్య చేతిలో ఉంటే, భుజంగరాయుడంతటి వాడివి కావచ్చునని అతడి కథలు చెప్పేది మా అమ్మ కీ.శే. కొలకలూరి విశ్రాంతమ్మ.

"అత్తోట రత్నమనునొక
యుత్తమ హరిదాసు నేటి యుత్సవమునకున్
విత్తనము నాటె నాకున్
బత్తుడతని కిచ్చువాద ప్రథమాశిషముల్"

అనే గుర్రం జాషువా ఆశీస్సులందుకొన్న అరక అనబడే, కీ.శే. అత్తోట రత్నకవి నన్ను మామా అని పిలిచేవాడు. "అన్నా! వాణ్ణి అలా పిలవ వద్దు వాడి ఆయుష్షు క్షీణిస్తుందని" వారించేది మా అమ్మ. అరక తల్లి, భార్య కొలకలూరివాళ్ళ ఇంటి ఆడబిడ్డలు. "కొలకలూరి వాళ్ళు మా అమ్మకు అన్నదమ్ములు. నా భార్యకు చిన్నాన్న, పెదనాన్నలు కాబట్టి ఈ గోచిపాత రాయుడు నాకు మామేకాదు, మేనమామ కూడా" అంటూ ఉండేవాడు.

"కొలకలూరి వారి కొమరిత మాతల్లి
ఆమె యగ్రజు సుతయైన శాంత
మాంబ పతిని నేను నకళంక చరితగ
లట్టి మిమ్ము మరల నభినుతింతు" నని మా అమ్మను గౌరవించేవాడు.

మా సంబంధంలో మామ పసివాడు, అల్లుడు నడివయస్సువాడు. అరక నాకంటే పాతికేళ్ళు పెద్ద. హరికథలు చెప్పేవాడు. నేనంటే పిచ్చిప్రేమ. వస్తూపోతూ మా యింట్లో దిగేవాడు. కథలు చెబుతూ పద్యాలు పాడుతూ ఉండేవాడు. నేను ఆదమరచి, ఆటలు మరచి వినేవాణ్ణి. అద్భుతమైన గాత్రం. కమ్మని గీతాలు. ఒళ్ళు గగుర్పొడిచేది. మా అమ్మ చెప్పిన భుజంగరాయుడి కథల కంటే ఎక్కువ, అరక చెప్పేవాడు. పాడుతూ చెప్పేవాడు. ఆసక్తిగా వినేవాణ్ణి. నువ్వు భుజంగ రాయుడంతటి వాడివి కావాలిరా అని, తల్లి, అరక, ఊరిపెద్దలు, బంధువులు ఆశిస్తూ, ఆదేశిస్తూ, దీవిస్తూ ఉండేవాళ్ళు.

నెహ్రూ అంతటివాడివో, గాంధీ అంతటివాడివో, ఠాగూరు అంతటివాడివో, అంబేద్కరు అంతటి వాడివో కమ్మని వాళ్ళు నన్నెందుకు దీవించలేదు? అప్పట్లో. వాళ్ళు వీళ్ళకు అంతగా తెలియకపోవచ్చు!

ఉయ్యాలవాడ నరసింహారెడ్డి, సైరా చిన్నపరెడ్డి, అల్లూరి సీతారామరాజో, బాలచంద్రుడో కమ్మని వీళ్ళు నన్ను ఎందుకు దీవించలేదు? వాళ్ళు అర్ధాంతరంగా చనిపోయారని కావచ్చు!

రాముడో, కృష్ణుడో, ధర్మరాజో కమ్మని ఆశీర్వదించవచ్చు. కానీ ఆశీర్వదించలేదు. ఈ దేవుళ్ళతో మన కెందుకు లెమ్మనుకొని ఉంటారు.

నాకొక్కడికే ఈ మాటలు చెప్పేవాళ్ళుకారు. మా పల్లెలో నా ఈడు వాళ్ళందరికీ చెప్పేవాళ్ళు. నేనే భుజంగ రాయుణ్ణని మేం ఎగిరేవాళ్ళం. రారా భుజంగ రాయుడా అని మమ్మల్ని అందర్నీ పిలిచేవాళ్ళు. మా పల్లెకు భుజంగరాయుడొక ఆదర్శ మూర్తి.

భారత, భాగవత, రామాయణ కథల్లాగా భుజంగరాయుడి కథలు విన్నాము. కథలకు కాళ్ళుండవు నోళ్ళుండవు. అయినా కథలన్నీ ఇంటికి పొమ్మని చెప్పి కంచికి పోయేవి. కథలన్నీ కంఠోక్తిగా వినిపించేవి. పేదరాశి పెద్దమ్మ కథలు, పూటకూళ్ళమ్మ కథలు, కాశీమజిలీల కథలు, తాతాచార్ల కథలు, ఆరె మరాఠీల కథలు, మాయల ఫకీరు కథలు, సహస్రశిరచ్ఛేద అపూర్వ చింతామణి కథలు, బాల, బాలమిత్ర, పాపాయి, చందమామ కథల్లాగే భుజంగరాయుడి కథలు విని, ఆనందించి మర్చిపోయాను. నా పన్నెండో ఏటి తర్వాత నేనీకథలు విన్న గుర్తు లేదు.

నేను ఎం.ఏ; పిహెచ్.డి చేస్తే, 'ఇంతకంటే పెద్ద చదువు ఉందా?' అని మా అమ్మ అడిగింది. ఆమె తృప్తి కోసం 'లేదు' అన్నాను. నేను సెకెండ్ లెఫ్టినెంట్ అయితే, 'తుపాకీ కాల్చగలవా?' అని అడిగింది. 'కాల్చగలను' అన్నాను 'చంపగలవా?' అంది. 'చంపలేను!' అన్నాను. కథానికలు, కవితలు, నాటకాలు, నవలలు వ్రాస్తుంటే, చదివితే విని, చదివించుకొని విని, రేడియోలో విని, 'ఇవన్నీ ఎందుకు?' అని అడిగింది. 'మనకోసమే' అన్నాను. పరిశోధన గ్రంథాలు విమర్శ గ్రంథాలు వెలువరించినప్పుడు, 'కవుల తప్పులు

చెప్పగలవా?' అంది. 'చెప్పగలను'అన్నాను. 'నువ్వు రాస్తే తప్పులుండవా' అంది. భయపడ్డాను. ఆమె సంతోషం కోసం 'ఉండవు' అన్నాను. నేను ప్రొఫెసరు అయినప్పుడు 'ఇంతకంటే పెద్ద ఉద్యోగం లేదా?' అంది. 'లేదు' అన్నాను. నా పెళ్ళిని, నా పెద్ద కూతురు పెళ్ళిని గుర్తుచేసుకొంది, "నువ్వు భుజంగరాయుడంతటి గొప్పవాడివయ్యావు" అంది. నేను వైస్ చాన్స్‌లర్ కావటం, కల్నల్ కావటం ఆమెకు తెలియదు.

నాకు మా అమ్మ మళ్ళీ భుజంగరాయుణ్ణి గుర్తుకు తెచ్చింది. ఆమెకు భుజంగరాయుడొక ఆదర్శమే కాదు, వాస్తవం. రాయుడొక సజీవ చారిత్రక పురుషోత్తముడని ఆమె విశ్వాసం. ఆశీర్వదించటం, అందుకు ఆరాటం పోరాటం చేయటం, మా అమ్మ రూపంలో వాస్తవం.

యన్.టి.రామారావు నాకు శాలువా కప్పి, పూలమాల వేసి, మెమెంటో ఇచ్చి, నమస్కరించిన వివిధ సందర్భాలలో నాలుగు ఫోటోలు మార్చి మార్చి చూచి, వేంకటాద్రి నాయుడు కూడా భుజంగ రాయుణ్ణి ఇలాగే గౌరవించి ఉంటాడు అని విశ్వసించేది.

భుజంగరాయుడు భూతమై పట్టుకొని, మా అమ్మను ఆవేశించి, ఇంతకాలం సజీవంగా ఉన్నాడనిపించి, మర్చిపోయిన కథలు మళ్ళీ మళ్ళీ గుర్తుకు తెచ్చుకొన్నాను.

తల్లిదండ్రులు వాళ్ళ పిల్లల్లో వాళ్ళేం కోరతారో, అవే వాళ్ళకు కనిపిస్తాయి. అన్యాలు కనబడవు. నన్ను ఎలా చూడాలనుకుందో, ఆ కోరికే తీరి సంతోషించింది. ఈ మట్టిని ఆమె బొమ్మగా మలచి, ఆమె ప్రాణం ఊది, నేను సజీవమైతే సంతోషించిన తల్లి, ముప్పై ఏళ్ళకే భర్తను కోల్పోయినా, ఒకే ఆరాటంతో, ఒకే లక్ష్యంతో జీవించింది. ఆమె ఆశలు తీరి, నిరీక్షణ ఫలించి సంతోషించింది. మా కొడుకు గొప్ప వీరుడు కావాలనుకొన్న తల్లిదండ్రులు వాడు కర్రసాము చేస్తుంటేనే ప్రపంచ వీరుడయినట్లు పరవశించటంలో ఆశ్చర్యం ఏముంది? ఆశకు ఆ చర్యలు ప్రతిబింబాలు. మా అమ్మ అంతే! ఆమె కలలు ఆమెకే సొంతం. ఆ సామ్రాజ్యంలోకి ఎవరికీ ప్రవేశం లేదు. తన పిల్లల్ని బాగా పెంచాలని, బాగా చదివించాలని, గొప్పవాళ్ళను చేయాలని, తాపత్రయపడే అందరి తల్లుల్లాంటిదే మా అమ్మ. క్వారీ రాళ్ళను చూచి కొండవీడనో, ఎవరెస్టు అనో, ఆమె అనుకొంటుంటే, అనుకోవద్దనే అర్హత, అవకాశం, అదృష్టం ఎవరికుంటాయి? నాకు లేవు. ఆమె ఆనందానికి, పారవశ్యానికి నేను అడ్డం కాలేదు.

మా అమ్మ స్వర్గస్థురాలు అయ్యాక, ప్రథమ వర్ధంతి సభలో, మాకు చేరువలో ఉన్న కవులకు సన్మానం చేశారు, ఆమె మనుమళ్ళు మనుమరాళ్ళు. ఆ కవులు మా అమ్మను గూర్చి స్మృతి కవిత్వం వ్రాశారు (1992)

"అచ్చపుటమ్మ గర్భమున నాశలుదీర జనించగోరెదన్" అని ధరణికోటలో ఉండే కొలకలూరి గోపకవీ, **'వాసినిగొన్న వంశమున వాస్తవ మేడు తరాల నుండియున్'** అని పినపాటి జర్మియాకవీ,

"మునుపు భుజంగరావను ప్రపూర్ణ యశోధను డాంధ్రభూమిపై ఘనతర కీర్తిగాంచిన అఖండ దళాధిపుడయ్యె" అని దరసం ఉపాధ్యక్షుడు, "మత్కుణము" ఖండ కావ్యకర్త **'నాశిష్యుడబ్బురాము'** అన్న జాషువా ప్రేమ పొందిన నూతక్కి అబ్రహాం కవి వ్రాసి చదవటం వింటే మళ్ళీ భుజంగరాయుడు గుర్తుకు వచ్చాడు. ఈ చారిత్రక వ్యక్తి ఎప్పటివాడు? కవి అయితే ఏ ఏ కావ్యాలు వ్రాశాడు? సేనాని అయితే ఏమేం మంచి పనులు చేశాడు? మంత్రి అయితే ఎంత మంత్రాంగం నడిపాడు? ఇలా చాలా తెలుసుకోవాలనిపించ సాగింది. కథలు తప్ప ఆధారాలు లేవు. ఆ కథలకు కూడా మా పల్లెల్లో తప్ప అన్నిచోట్లా ప్రచారమూ లేదు.

రాజా వాసిరెడ్డి వేంకటాద్రి నాయుడు, చింతపల్లి, అమరావతి పేర్లు భుజంగరాయుడి పేరుతో ముడిపడి వినిపించాయి. అతడి చరిత్రలో ఇతడి చరిత్ర ఏమయినా దొరకుతుందేమోనని ఆశించాను.

అమరావతి మీద, అమరావతి స్తూపం మీద అమరావతీ శిల్పరీతి మీద, వాసిరెడ్డి కుటుంబం మీద, వేంకటాద్రి నాయుడి పాలన మీద, ఉన్న సమాచారంలో భుజంగరాయుడి పేరుకోసం వెదికాను.

మద్రాసు ప్రెసిడెన్సి మాన్యువల్లో అమరావతిని గురించి చూశాను. వేంకటాద్రి నాయుడి సమాచారం ఉంది. 1885లో ముద్రించిన గుంటూరు, మచిలీపట్నం గజిట్లో చూశాను. నాయుడి ప్రస్తావన ఉంది. మెకంజీ కైఫీయత్తులు చూశాను. రాయుడి ప్రస్తావన లేదు.

భుజంగరాయుణ్ణి గూర్చి సమాచారం కావాలని, ఆచార్య వకుళాభరణం రామకృష్ణమాచార్యుల్ని ఫోనుచేసి అడిగాను. చూచి చెబుతానన్నాడు. ఇంకా ఈమధ్య వాసిరెడ్డి వేంకటాద్రినాయుడి మీద పట్టాభి(?) అనే నవల వచ్చిందని అది నవలగా కంటే చరిత్రగా ఉందని ఆంధ్రజ్యోతిలో సమీక్ష వచ్చిందని చెప్పాడు. విశాలాంధ్రకు ఫోను చేశాను. అటువంటి నవల తమ దగ్గర లేదన్నారు. ఆంధ్రజ్యోతి ఆదివారం అనుబంధం చూచే శ్రీమతి వేమన వసంతలక్ష్మి, 'నవ్య' చూచే శ్రీశ్రీ రమణ, శ్రీ గోపరాజు నారాయణ రావు ఏమయినా చెప్పగలరేమోనని అడిగాను. చూచి చెబుతామన్నారు. ఆచార్య జయధీర్ తిరుమలరావును అముద్రిత గ్రంథాలయాలలో సమాచారముంటే ఇవ్వమన్నాను. స్టేట్ ఆర్కైవ్స్ కి పోయి శ్రీరామకృష్ణను పలకరించి సమాచారం కోసం ప్రయత్నించాను. నా

శిష్యుడు ఆచార్య యం. బుద్ధన్న తోడుగా రాగా ప్రయత్నించాను. వేంకటాద్రినాయుణ్ణి గూర్చి సమాచారం ఉంది గాని, భుజంగరాయుణ్ణి గూర్చి ఏమీ లేదు.

నా పెద్దకొడుకు ఇంటర్నెట్లో సమాచారంకోసం గాలించి, వేంకటాద్రి నాయుడి మీద, అమరావతీ స్తూపం మీద, అమరేశ్వరాలయం మీద విశేష సమాచారం తీసి ఇచ్చాడు. తెలుగు విశ్వవిద్యాలయం, విజ్ఞాన సర్వస్వ కేంద్ర గ్రంథాలయంలో మూణ్ణెల్లక్రితం, శ్రీ కొడాలి లక్ష్మీనారాయణ వ్రాసిన 'శ్రీ రాజా వాసిరెడ్డి వేంకటాద్రినాయఁడు' అనే గ్రంథం, పొన్నూరు శ్రీ భావన్నారాయణ స్వామి దేవస్థానం ప్రచురించిన దాన్ని చూచి తీసుకొని ఆసక్తిగా చదివాను. నా ఆనందానికి హద్దులేకుండా పోయింది. భుజంగరాయుడి పేరు మూడు చోట్ల దర్శనమిచ్చింది.

"వీరసింగు, రామసింగు, భద్రసింగు, భుజంగరావు మొదలగు హరిజనులు, కోటోజీ, సర్ఫోజీ, రామోజీ మున్నగు మరాఠా సర్దారు లీయన సైన్యములో నుండిరి" (పుట : 109).

పూర్వం మాల మాదిగల్ని సింహాలనేవాళ్ళు కాబట్టి సింగు సింహ శబ్దభవం కాబట్టి, ముగ్గురు సింగులతో పాటు, భుజంగరావును కూడా సింగు అనకపోవటం నాకు ఆసక్తి కలిగించింది. నాయుడి కాలంలో పంచములుగా, మాల, మాదిగలుగా పిలవబడేవాళ్ళను ఈ గ్రంథ రచనా కాలానికి (1963) హరిజనులనటం సామాన్యమయింది. మరాఠా సైనికులు నాయుడి సైన్యంలో ఉన్నారని, వాళ్ళ శౌర్య ప్రతాపాలు కారణంగా ఆ పేర్లు చాలామంది నేటికీ పెట్టుకొంటున్నారని, ప్రసిద్ధమైన రామోజీరావు పేరు మనకు గుర్తుకు తెస్తుంది. 'భుజంగరావు, వీరసింగు, రామసింగు, కోటోజీ, సరసోజీ మున్నగు యోధాగ్రేసరులు వీరి సేవలో నుండిరి' (పుట : 232).

గ్రంథ రచయిత, అందరితోపాటు భుజంగరావును కూడా యోధాగ్రేసరుడన్నాడు. మిగతావాళ్ళ పేర్లకంటే ముందుగా భుజంగరాయుడి పేరు వ్రాయటంవల్ల ప్రాధాన్యం కూడా అర్థమవుతూ ఉంది.

"కొందరు చెంచుదొరలు మహారణ్యములఁ దిరుగుచు స్త్రీ పురుషాదుల హింసించుచు, సొమ్ముల నపహరించుచు, బాటసారుల భీతిల్లఁ జేయుచుఁ దిరుగుచుండిరి. ప్రజలెల్లరు భీతిల్లి నాయుడికి దొంగల బాధల మనవి చేసికొనిరి. నాయుఁడీ దుర్మార్గములనెల్ల విని తన సేనాధిపతి యగు భుజంగరావును బిలచి యరణ్యంబులకేగి, సామదానంబులఁ జెంచు వారలఁ దోడ్కొని రమ్మని పంపెను. ఆ సేనాధిపతి వెళ్ళి చెంచుల పెద్దయగు రామదాసుతో నెమ్మదిగా సంభాషించి, వేంకటాద్రి ప్రభుఁడు వారికేకొఱంత లేకుండా చూపించునని చెప్పగా నమ్మి వారు నాయని చెంతకుఁ జేరిరి. ఇట్లు వచ్చిన వారు 500 అని వీరి నాయకుడు జిల్లాల కృష్ణా నాయకుడని వంశ చరిత్ర" (పుటలు : 108, 109).

ఇప్పటికి భుజంగరాయుడు సేనాధిపతి అయ్యాడని స్పష్టమయింది.

చెంచులు దొంగలని, ప్రజలకు దొంగతనాల వల్ల సుఖ శాంతులు లేవని, వాళ్ళను చంపాలనే పిలిపించాడు. సామదానాలతో పిలుచుకు రమ్మన్నాడు. చంపటానికే విందుకు పిలిపించాడని కల్నల్ మెకంజీ సమాచారం.

చంపే ఉద్దేశం ఉందని భుజంగ రాయుడికి తెలిసినట్లుగా స్పష్టం కాలేదు. వాళ్ళు రాజును నమ్ముతారా? అంత తెలివి లేకుండా ఉన్నారా? నమ్మకపోతే ఏం చేస్తారు? ఆహ్వానం తిరస్కరిస్తారు. తిరస్కరిస్తే ఏమవుతుంది? బలం ప్రయోగిస్తారు. ఎవరు? రాజు. ఎవరితో? సైన్యంతో. సైన్యాధిపతి భుజంగ రాయుడు సుప్రసిద్ధ యోధాగ్రేసరుడు. అతడి మాట కాదంటే సైన్యం వస్తుంది. ప్రాణహాని జరుగుతుంది. ఈ 'సామం' అంగీకరిస్తే 'దానం' మేలు కలిగించవచ్చు. అందుకు అంగీకరింపవచ్చు.

అంగీకరించకపోతే? తిరగబడవచ్చు! ఎవరి మీద? భుజంగరాయుడి మీద! కొట్టవచ్చు. తిట్టవచ్చు. చంపవచ్చు. ఆ యోధాగ్రేసరుణ్ణి చంపలేమన్న భయం ఉంటే ఉండవచ్చుకాని అయిదు వందల మంది ఒక్కణ్ణి చంపటం కష్టం కాదు. సైన్యాధిపతిని చంపి బతకలేమన్న భయం ఉండవచ్చు. ఏమయినా కానీ అని తెగిస్తే భుజంగ రాయుడికి ప్రాణభయం, చావు ఖాయం.

శత్రుశిబిరం వంటి అడవిలోకి భుజంగరాయుడు ప్రవేశించటం వల్ల అతడి సాహసం, ధైర్యం, తెగువ, వీరత్వం తెలుస్తాయి. అవసరమైతే వాళ్ళతో తాను యుద్ధం చేయగలడన్న ధీమా తెలుస్తుంది. ఒక్కణ్ణే వెళ్ళి ప్రాణాలతో తిరిగి రాగలనన్న అతడి ఆత్మవిశ్వాసం తెలుస్తుంది.

అన్నింటిని మించి, వాళ్ళతో సంభాషించి, వాళ్ళ మేలు చెప్పి, వాళ్ళను ఒప్పించి, తనతోపాటు వాళ్ళను కోటకు తీసుకురావటం విశేష శక్తి సామర్థ్యాలకు నిదర్శనంగా కనిపిస్తుంది.

దొంగలైన చెంచులను, రాజును, రాజరికాన్ని నమ్మని వాళ్ళను, ఏ సంప్రదింపులకైనా వ్యతిరేకంగా ఉండేవాళ్ళను, మాటలతో, వాగ్దానాలతో, అనుకూలంగా మార్చి కోటకు తోడ్కొని రావటంలో భుజంగరాయుడి వాక్ శక్తి, సంభాషణ చాతుర్యం, మాట నేర్పు అర్థమౌతాయి. మంత్రాంగ నైపుణ్యం తెలుస్తుంది. చర్చలతో పరిష్కారం సాధించే శక్తియుక్తులు విశదమవుతాయి.

అడవులలో నుంచి, మైదానాల్లోకి గిరిజనుల్ని వెంట తేగలగటం నేటికీ అసాధ్యంగా ఉన్నదాన్ని, భుజంగరాయుడు సుసాధ్యం చేయటం అద్భుతమే! అది ప్రజాస్వామ్యం కాదు, అభివృద్ధి ప్రణాళికలు లేవు. ఎన్ని చెప్పినా నేటికీ గిరిజనులు మైదానాల మనుష్యుల్ని నమ్మరు. నాయకుల్ని అసలు నమ్మరు. మీకు కాలనీ కట్టిస్తున్నామన్నా రారు. మామూలు మనుష్యుల్నే నమ్మనివాళ్ళు రాజుల్ని, రాజ ప్రతినిధుల్ని, రాజరికాన్ని, సైన్యాధిపతిని అసలు

నమ్మరు. అసలు మాట్లాడరు. ప్రమాదమని శంకిస్తే ప్రాణం తీస్తారు. అదీ సందర్భం. అక్కడికి ఒక్క సేనాని నిరాయుధుడుగా (ఆయుధంతో ఉంటే అవస్థే) నిస్సైన్యంగా (సైన్యముంటే యుద్ధమే) వెళ్ళి వాళ్ళను ఒప్పించి వెంట తీసుకు రావటం వెనుక-భుజంగ రాయుడికి ఉన్న సర్వశక్తుల కంటే అతీతంగా- అతడు ప్రేమమూర్తిగా కనిపించటంవల్ల, వాళ్ళందరు ప్రేమకు లొంగి పోవటం తెలిసి వస్తుంది. ఇది ప్రేమ విజయం. సైన్య వ్యూహ విజయం కాదు. భుజంగరాయుడు విశేష ప్రేమమూర్తిగా కనిపిస్తాడు. బైబిల్ లో మోజెస్ ఇజ్రాయేలీయుల్ని పాలు, తేనెలు ప్రవహించే సురక్షిత ప్రాంతానికి తీసుకుపోవటంలాగా కనిపిస్తుంది. ఇది భుజంగరాయుడి ప్రేమ విజయం.

నేను చిన్నతనంలో విన్న కథలో రాయుడు 500 మంది చెంచుల్ని బంధించిన బలశాలిగా వర్ణింపబడ్డాడు. నిజానికి ఆలోచించిన కొద్దీ, భుజంగరాయుడు శారీరక బలశాలిగా కంటే మానసిక బలశాలిగా; మానసిక బలశాలిగా కంటే, హార్దిక ప్రేమ మూర్తిగా కనిపించి, చిన్ననాటి ఆశ్చర్యం స్థానంలో, ఒకవిరాట్ ప్రేమమూర్తి దర్శనం కలిగింది.

"వీరెల్లరు చింతపల్లిలో నుండి కొలువుకూటమ్మున రాజసేవ చేయుచుండిరి" (పుట : 109).

చంపాలని రప్పించిన వాళ్ళను రాజసేవలో వినియోగించటం వెనుక భుజంగరాయుడి ప్రేమ పనిచేసి ఉండాలి.

"ఒకనాఁడు రాజువెంటఁ దనసైన్యముతోఁ జెంచు నాయకుఁడగు జెల్లా కృష్ణా నాయకుఁడరణ్యమునకేగెను. అచటఁగూడ వారు తమ సహజ వృత్తిని మానరైరి. తమ సమక్షముననే చెంచులట్లు స్వైరవిహారమొనర్చుట నాయఁడు చూచి భయపడెను. మఱునాడు సభలో జరిగిన విషయమంతయుఁ జెప్పి పెద్దల యభిప్రాయము గైకొని మాయోపాయమున వారినిఁ దుదముట్టింప నిశ్చయించెను" (పుట : 109).

సభలో ఈ విషయం ప్రస్తావించటం రాజు చాకచక్యానికి నిదర్శనం కాదు. ఆ పరిస్థితుల్లో సమాచారం చెంచులకు తెలిసిపోతుంది. సభలో ప్రస్తావించాడు కాబట్టి సేనానికి తెలిసింది. ప్రేమమూర్తి అయిన భుజంగ రాయుడు తెలిసి తెలిసి వాళ్ళను చంపనిస్తాడా? చంపనీయడు. చంపనీయకపోతే ఏంచేసి ఉంటాడన్నది కావ్యంలో కల్పన. దానికి ఆధారం భుజంగరాయుడు 108 కొలనులు, 108 గుడులు కట్టించాడన్న నా చిన్ననాటి జానపద గాథ.

"నగరిలో నుండియు వారి సహజ గుణమును వీడక, యథాప్రకారము తమ దుష్కృతముల సాగించుచు స్వేచ్ఛా విహారాసక్తులై సంచరించుచుండిరి.

చెంచులు చేయు చేష్టలంగని నగరవాసులు భయపడి ప్రభువుతో విన్నవించుకొనిరి" (పుట : 109).

వేంకటాద్రి ఈ పైన ఏంచేశాడన్నది చరిత్ర. రాయుడు ఏంచేసి ఉంటాడన్నది హేతు సహితమైన కల్పన. రాజును వారించాడని, హెచ్చరించాడని జానపద కథ. ఈ కథా సందర్భం రాయుడి జీవితంలో ప్రముఖ ఘట్టం. కావ్య పరిణామానికి, ఈ నాటకీయత ప్రముఖ సన్నివేశం.

శ్రీ కొడాలి లక్ష్మీనారాయణ వ్రాసిన చారిత్రకాంశాలకు వాసిరెడ్డి వంశచరిత్ర ఆధారం. దాన్ని వ్రాసింది వాసిరెడ్డి వెంకట సుబ్బదాసు. తమ వంశ చరిత్ర వ్రాసిన వ్యక్తి ఇచ్చిన సమాచారం కాబట్టి విలువనీయదగింది. కవుల అతిశయోక్తులకది ఆకరం కాదు. ఈస్టిండియా కంపెనీ వాళ్ళ రికార్డుల సమాచారం, వాళ్ళ ఆగ్రహానికి ప్రతిబింబంగా ఉంటుంది కాబట్టి అదీ విశ్వసనీయం కాదు. కల్నల్ కాలిన్ మెకంజీ స్థానిక చరిత్రలోని అసమగ్ర చారిత్రక విషయం ఆధారపడదగింది కాదు. కాబట్టి శ్రీకొడాలి లక్ష్మీ నారాయణ ఇచ్చిన సమాచారం నమ్మదగ్గది. చిన్ననాటి కథలతో సంవదిస్తూ ఉంది కాబట్టి స్వీకరణ యోగ్యం.

వేంకటాద్రి నాయుణ్ణి పిచ్చిగా ప్రేమించే ప్రేమమూర్తి భుజంగరాయుడు, అతడి దుర్మార్గాన్ని సహించాడా? సహిస్తే భుజంగరాయుణ్ణి అర్థం చేసుకోవటంలో సమస్య ఉత్పన్నం అవుతుంది. తాను ఆవేశపడి, ఆ తీవ్రతలో ఏమయినా చేస్తే, తాను సాధింపదలచిన పరమ ప్రయోజనం దెబ్బతింటుందని అనివార్యమైన ఒక దురాగతాన్ని అంగీకరించాడా? చెంచుల్ని హతమారుస్తానని అంటే రాయుడు వ్యతిరేకిస్తాడు కాబట్టి తెలివైన రాజు ఏంచేశాడు? హేతుసహితంగా కల్పన రూపం దిద్దుకొంది.

ఇకిప్పుడు, చిన్ననాటి కతలన్నీ చారిత్రకాంశాలుగా గోచరింపసాగాయి. ఇంత వరకు తలా తోకాలేని పుక్కిటి పురాణాలుగా కొట్టేసిన భుజంగరాయుడి కథల్ని నేనే నమ్మసాగాను. కాని అన్ని అద్భుతాలు అంతగా వాస్తవమవుతాయా అని సందేహం వెంటాడుతూనే ఉంది. కాల్పనికుడుగా జానపద గాథా నాయకుడుగా అనాదరణకు గురైన రాయుడి జీవితం చారిత్రకంగా కనిపించసాగింది. ఇతరేతర ఆధారాలు ఏమీ లభించకపోయినా భుజంగ రాయుడు మహనీయుడుగా కనిపించసాగాడు.

భుజంగరాయుడు, జానపదగాథల ఆధారంగా 1856-57 నాటికి 90 ఏళ్ళవాడు. 1860లో 93వ ఏట పరమపదించాడు. ఇప్పుడు, పుట్టిన తేదీ, జానపద కథ కూడా ఆధారంగా లేదు కాబట్టి, ఊహించాలి. 93 ఏళ్ళు బ్రతికాడంటే 1767లో పుట్టి ఉండాలి. ఈ ఊహ చరిత్రతో సంవదించాలి. రాజా వాసిరెడ్డి వేంకటాద్రినాయుడి జీవితాంశాలు

పరిశీలించాలి. అప్పుడే రెండు జీవితాల అనుసంధానం కుదిరి, కథాసంవిధానం ఏర్పడుతుంది.

నాయుడి జీవిత వివరాలు బాగా లభిస్తాయి. రాయుడి జీవితాంశాలు లభించవు. ఆస్థాన కవులు రాజును స్తుతిస్తారు. సైన్యాధిపతిని స్తుతించరు. పంచముడు కాబట్టి ప్రస్తావించరు. జానపద గాథలు ఆధారంగా చూస్తే వాళ్ళను విమర్శిస్తాడు కాబట్టి, భుజంగ రాయుణ్ణి వాళ్ళు ప్రస్తావించరు. ఇది మూకుమ్మడి మౌనహననం.

భుజంగరాయుడి కవిత్వం ఎందుకు లభించలేదు? భద్రం కాలేదు. దాన్ని గూర్చి నాటి కవులుగానీ, అనంతర కవులు గానీ ప్రస్తావించినట్లు లేదు. సాహిత్యం, పాండిత్యం, వేదవిద్య బ్రాహ్మణాధీనంగా ఉన్నప్పుడు, అరుదుగా వచ్చిన పంచమస్వరం, కోకిల వినిపించినట్లే కనిపించకుండా పోయింది. తాను కవిత్వం సృజింపగలడు కానీ, తానే ప్రచారం చేసుకోగలడా? అయినా తనెంతకాలం దాన్ని నిలబెట్టగలడు? అసలు కవిత్వం వినియోగమయితే కదా నిలవటం? అవినియోగం కంటే దుర్వినియోగమయినా మేలే! ఏదీ కాలేదు. అతడి కవిత్వం లేదు. అంతరించిపోయింది. ఏనాటికయినా దొరుకుతుందేమో? అసలు భారతీయాలయిన జైన, బౌద్ధాలు భారతదేశంలో లేకుండా పోయి, విదేశీయులైన ఆర్యులు, ముస్లింలు, క్రైస్తవులు తెచ్చిన మతాలు మన దేశంలో స్థిరపడిపోయినట్లు, అసలు సిసలు భారతీయత, తెలుగుదనం, కళలు, సాహిత్యం, మతం, జీవితం, సంస్కృతి సమస్తం మరుగున పడటంలో వింతేముంది? భుజంగరాయుడి కవిత్వం నామరూపాల్లేకుండా పోయింది. జానపద కథల్లో అతడి శౌర్యపరాక్రమాలు తెలిసినంతగా సాహిత్యం తెలియదు. సాహిత్యం తెలిసిన వాళ్ళు కారీ జానపదులు. ఏనాటికయినా దొరికితే బాగుణ్ణు!

పర్యాటకులు, సందర్శకులు కుంఫినీ దొరలు, ఆంగ్లేయ చారిత్రకులు, మెకంజీ బ్రౌనులాంటి వాళ్ళు దేశానికి, భాషకు తమకు సాధ్యమయిన సేవ చేశారు. చేయించారు. స్థానిక చరిత్రల్లో మెకంజీ గ్రామాల చరిత్రలు, రాజుల చరిత్రలు తెలిపాడు. వాళ్ళకు రాజులు ముఖ్యం. ప్రజలు అంతముఖ్యం కాదు. అటువంటి సందర్భాలలో కూడా సైన్యాధికారుల సమాచారం లభించదు. మంత్రులు ఎక్కడయినా ప్రస్తావన పొందారు. ఎదురు తిరిగి చనిపోయిన వీరులు అల్లూరి సీతారామరాజు, తాండ్ర పాపారాయుడు వంటి వాళ్ళ జీవితం ప్రాసంగికంగా వస్తుంది. ఎదురు తిరిగి పోరాడినవాళ్ళను, కప్పం ఎగ్గొట్టిన వాళ్ళను వాళ్ళు బాగానే గుర్తు పెట్టుకొన్నారు. భుజంగరాయుడు ఆ కోవకు రాడు. భుజంగరాయుడి పోరాటం పరాయి వాళ్ళతో కాదు. సొంత వాళ్ళతో. రాజులు, నాటి బ్రాహ్మణులు పంచముల్ని దోచుకోవటం, అవమానించటం, హింసించటం మీద అతడి తిరుగుబాటు. ఇది ఆ రోజుల్లో ఆంగ్లేయులకు అక్కర లేని పోరాటం, అయితే ఇది రాజులకు అణచవలసిన పోరాటం. భుజంగరాయుణ్ణి ఎవరూ అణచలేదు. అయితే అతణ్ణి అనంతర కాలానికి తెలియనీయకుండా అణగార్చగలిగారు. అంతగా, శాంతంగా ప్రతిఘటించి పరమార్థం

సాధించిన భుజంగరాయుడు తన అస్తిత్వానికి అర్థం, తన పోరాటానికి పరమార్థం అయిన కవిత్వం అనంతర కాలానికి అందించే ప్రయత్నం చేసి ఉండవలసింది. ఏమో అతడి పరిధులు, పరిమితులు ఏమిటో! ప్రయత్నించే ఉంటాడు. ఫలించినట్లు లేదు, మునుముందు భుజంగరాయుడి కవిత్వం లభిస్తుందేమో చూడాలి.

2. రాజా వాసిరెడ్డి వేంకటాద్రి నాయుడు

వాసిరెడ్డి వీరి ఇంటిపేరు. వాసిరెడ్డి వాళ్ళు కమ్మ కులస్థులు. వీరిది వల్లుట్ల గోత్రం. గో+త్రం=గోవును కాపాడటం, గోవును కాపాడే మునికి సంబంధించిందిగా ఉంటుంది, మామూలుగా గోత్రం. ముని, ముని జనం, ముని వంశం, ఇలా వంశాభివృద్ధి వల్ల గోత్రం విస్తృతమవుతుంది. సగోత్ర వివాహం ఉండదు. అదీ మారింది. గుళ్ళో దేవుడికి వివరంగా విషయం చెప్పటానికి గోత్రం కావాలి. బ్రాహ్మణులకు గోత్రం ఉంటుంది.

అది పాలకులకు వ్యాపించింది. ఏ ముని గోత్రం లేనివాళ్ళు ఏదో ప్రసిద్ధి వల్ల గోత్ర నామం పొందుతారు. సామ్యం వల్ల గోత్రం ఆపాదించుకొంటారు. గోత్రం లేనివాళ్ళు చాలామంది ఉంటారు. మాదిగలు గోత్రం పెట్టుకోరు. వాసిరెడ్డి వాళ్ళ గోత్రం వల్లుట్ల. దాని ప్రసిద్ధికి కారణం స్పష్టం కావాలి.

వాసిరెడ్డి వాళ్ళ పూర్వికుల వాసిలిలో నివసించారు. అందువల్ల వాసిరెడ్డి వాళ్ళు అయ్యారని ఒక ఆలోచన. అయినా కమ్మ కులస్థులకు రెడ్డిపదం ఇంటి పేరులో ఎలా చేరింది? ఇది 14వ శతాబ్ది దాకా చరిత్రకు తెలియటం లేదు. "జగనొబ్బ గండ బిరుదాదులు, వాసిరెడ్డి నామము అనవేమారెడ్డి వలన వచ్చినవి". 1430 ప్రాంతంలో వాసిరెడ్డి పోతినీడు పీఠికాపుర పాలకుడు. రాజమండ్రిని పరిపాలించిన కాటయవేమారెడ్డి, వీరభద్రారెడ్డిరాజుల సామంత రాజు. పోతినీడి కొడుకు పేరు, వేమారెడ్డి పేరిట, వేమయ్యగా ఏర్పడింది. రెడ్డి పదంతో ఉన్న పది గృహనామాలు, రెడ్డి రాజులను అనుసరించి వచ్చి ఉండవచ్చునని, వాసిరెడ్డి గృహనామం, అనవేమారెడ్డి, కాటయవేమారెడ్డి రాజుల కాలంలో ఏర్పడి ఉంటుందని కొడాలి లక్ష్మీనారాయణ 'శ్రీ రాజా వాసిరెడ్డి వేంకటాద్రినాయఁడు' గ్రంథంలో ఊహించాడు.

సాధారణంగా రాజు అన్న అర్థంలో తేడు – తేని – రేని – నేని అనేది కమ్మకులస్థుల గృహ నామాంతంలో ఉంటుంది. ఇంటిపేరు తేని పదంతో ఉండటం సామాన్య మయినప్పుడు అలా లేని వాసిరెడ్డి పేరు ఆలోచింపవలసి ఉంది. రాజరికం నుంచి పరిణామం చెంది, కమ్మవాళ్ళు మామూలు ప్రజలయినప్పుడు వేరు వేరు ఇళ్ళపేర్లు, గోత్రాలు ఏర్పడ్డాయి. చౌదరి పదం ఉద్యోగపదం. గ్రామాలలో స్థానిక వ్యాపారాల లావాదేవీలు చూచే ఉద్యోగం పేరది. కాలక్రమాన బిరుదంగా మారింది. ఇప్పుడది కులం గుర్తుగా చెలామణి అవుతూ ఉంది. 1580 ప్రాంతం నుంచి చౌదరి పదం కనిపిస్తుంది. నాయకుడు పదం నుంచి, నాయడు, నాయుడు పదాలు ఏర్పడ్డాయని, తంజావూరును పాలించిన నాయక

రాజులు, నాయుళ్ళ ని అంటారు. నాయుడు పదం, బలిజ, తెలగ, కాపు, కులాల వాళ్ళు గ్రహించటంతో దానికి పర్యాయంగా కమ్మ కులస్థులు చౌదరి పదం గ్రహించినట్లు అర్థమవుతూ ఉంది.

వాసిరెడ్డి వంశవృక్షం లభ్యమయిన మేరకు స్థూలంగా ఈ విధంగా గుర్తింపవచ్చు. వాసిరెడ్డి సదాశివరాయలు 1545 నుంచి 70 దాకా పరిపాలించాడు. శ్రీగిరిమల్లికార్జునుడు- వీరపనీడు - రామనచౌదరి - చినపద్మనాభుడు, చినరామలింగన - జగ్గభూపాలుడు - వేంకటాద్రి నాయుడు - జగన్నాథబాబు, రామనాథబాబు కాలక్రమంలో రాజ్యం పరిపాలించారు.

చింతపల్లిలో పాలనం 1668లో ఆరంభమయింది. చిన పద్మనాభుడు చింతపల్లిలో కోటను 1710లో నిర్మించాడు. అప్పుడీ సంస్థానం కొండవీటిలో భాగంగా ఉండేది. రాజావాసిరెడ్డి వేంకటాద్రినాయుడు 1797లో అమరావతికి చేరి కోట నిర్మింపజేశాడు. వాసిరెడ్డి వేంకటాద్రినాయుడి సంస్థానం, మచిలీపట్నం ప్రాంతం నైజాం నవాబు అధీనంలో, గుంటూరు ప్రాంతం ఈస్టిండియాలోని కంపెనీ పరిపాలనలో ఉండేవి. అందువల్ల అటు గోల్కొండ సుల్తానుకు, ఇటు ఈస్టిండియా కంపెనీకి కప్పం కడుతూ ఉండేవాడు నాయుడు.

రామన చౌదరి వాసిరెడ్డి సంస్థానాధీశుడుగా 1668 నుంచి పాలించాడు. ఈ క్రింది వివరాలు కొడాలి లక్ష్మీనారాయణ పొందుపరిచాడు.

కాలం	పేరు	పాలించిన సంవత్సరాలు
1668-1686	రామన్న (చౌదరి)	**18**
1686-1712	చినపద్మనాభుడు (రామన)	**27**
1712-1714	బుచ్చి రాఘవయ్య	**3(2?)**
1714-1722	చంద్రమౌళి	**8**
1722-1727	పెద నరసయ్య	**5**
1727-1738	పెద సూరన్న	**11**
1738 -1740	చిన సూరన్న	**3(2?)**
1740-1758	చిననరసభూపతి	**18**
1758-1760	చిన రామలింగం	**3(2?)**
1760-1763	నాగన్న	**3**

నాగన్నకు ఇద్దరు కొడుకులు రామన్న, జగ్గన్న. ఇద్దరికీ సంస్థానం పంచి ఇచ్చాడు, నాగన్న.

1763-1783	రామన్న	**20**
1763-1765	జగ్గన్న	**3(2?)**

మూడేళ్లకే జగ్గన్న మృతి చెందాడు. ఇతని సంస్థానం కూడా రామన్న పాలించాడు. జగ్గన్న కొడుకు వేంకటాద్రినాయుడు. తండ్రి, అతడితో పాటు తల్లి గతించినప్పుడు నాయుడు నాలుగేళ్ళ వాడు. మైనరు. మైనరు సంస్థానం కూడా రామన్న పరిపాలించాడు. జగ్గన్న రామన్నల సంస్థానాలు, మేజరయిన నాయుడు వశం చేసుకొన్నాడు. 1783 నుంచి 1816 దాకా పాలించాడు. దాయాదుల్ని అణిచివేశాడు. బందిఖానాలో ఉంచాడు. నాయుడికి పిల్లల్లేరు. దత్తపుత్రులకు సంస్థానం రెండు భాగాలు చేసి పంచి ఇచ్చాడు. సమమైన భాగాలు. సమఆదాయం. జగన్నాథ బాబుకు గ్రామాలెక్కువని, రామనాథ బాబుకు ఆదాయం ఎక్కువని పరస్పరం గుర్రు పెట్టుకొని అవిభక్త సంస్థానానికి వారసుణ్ణి నేనంటే నేనంటూ సివిలు కోర్టుల చుట్టూ ముప్పై ఏళ్ళు తిరిగారు. వీళ్ళ వారసులు ఇప్పుడూ ఉన్నారు.

వాసిరెడ్డి వేంకటాద్రి నాయుడు 27.4.1761న జన్మించాడు. 1765లో తల్లిదండ్రులు గతించారు. పెదతండ్రి రామన్న పెంపకంలో పెరిగాడు. బాల్యంలోనే దానశీలిగా కనిపించాడు. దుబారా చేస్తాడని పెదతండ్రి భయపడటం న్యాయమే! దుబారా చేయలేదు. పెద్దయ్యాక గౌరవ మర్యాదలకోసం, పేరుప్రఖ్యాతుల కోసం ధనం బాగా వెచ్చించాడు. 17 ఏళ్ళ వయస్సులో 1778లో వెఱ్ఱెమాంబను సొంత ఇష్టంతో, ఎవరి సంప్రదింపులు లేకుండా, తనే వర్తమానం పంపి, సంబంధం కుదుర్చుకొని, పెళ్ళి పెద్దల సమక్షంలో చేసుకొన్నాడు. 1783లో పట్టాభిషేకం జరిగింది. కొంత పెద్ద తండ్రి ఇష్టం. కొంత దౌర్జన్యం. వెఱ్ఱెమాంబకు రాజ్యలక్ష్మి పుట్టింది. కొడుకు లేడు. పుత్ర సంతానం కోసం 1785లో మళ్ళీ పెళ్ళి చేసుకొన్నాడు. రెండో భార్య పేరు పార్వతి.

1780 ప్రాంతం నుంచి 1788 దాకా చాలా దుండగాలు చేశాడు. కవులు సాహసకృత్యాలన్నారు. ఇతర సంస్థానాల ప్రభువులు క్రూరత్వం అన్నారు. పెద తండ్రిని పదవీ భ్రష్టుణ్ణి చేయటం, వారసులు, దాయాదులు అయిన చంద్రమౌళి, నాగన్నలను కారాగారంలో పడేయటం, జ్ఞాతి అయిన ముక్త్యాల సంస్థానాధీశుడైన లక్ష్మీపతిని నిర్వీర్యుణ్ణి చేయటం, కోట కూల్చటం, విలువైన పత్రాలు సంపదతోపాటు దోచుకోవటం, నందిగామ దాకా కొల్లగొట్టుకుంటూ పోవటం, ఆరంభంలోని కొన్ని సాహస కార్యాలు, కాదంటే దుండగాలు. నైజాం నవాబుకు గానీ, ఈస్టిండియా కంపెనీకిగానీ, నాయుడంటే నమ్మకం

లేదు. సందేహాలు, అనుమానాలు అనేకం. వాళ్ళు ఇతడి శక్తియుక్తులకు, సైనిక సామర్థ్యానికి భయపడుతూ, ఏ చర్యకూ పూనుకోకుండా భయభక్తులతో తగ్గి ఉండేవాళ్ళు. 1790లో చెంచులు సంస్థానంలో చేరినట్లు, 1791 నుంచి 94 దాకా నిర్మాణ కార్యక్రమాలు జరిపించినట్లు, 1794లో వాళ్ళు హత్యకు గురయినట్లు స్పష్టమవుతుంది. 1.7.1795న చింతపల్లి కోటను కుంఫినీ అధికారులు రెండు దళాల సైన్యాన్ని పంపి వశం చేసుకున్నారు. రాజు పాలనకు అడ్డులేదు. కాని అకృత్యాలకు అడ్డుకట్టగా సైన్యం నిలిచింది. 1795 సెప్టెంబరులో దసరా ఉత్సవాలు నాయుడు చింతపల్లి కోటలోనే జరుపుకొన్నాడు. 5.10.1795న, చంద్రమౌళిని, ఆపైన నాగన్నను కుంఫినీ సైనికదళాలు, నాయుడి ఇష్టంతో నిమిత్తం లేకుండా, విముక్తుల్ని చేశాయి. వాళ్ళకు ప్రతిమాసం భృతి చెల్లించే ఏర్పాటు చేయించాయి. వాళ్ళు కోరినచోట ఉండే వసతి సౌకర్యం ఏర్పాటు, గుంటూరు జిల్లా కలెక్టరు చేయించాడు. మరేమయినా అకృత్యాలు దాయాదులకు గానీ, కంపెనీకి గానీ చేస్తాడని సందేహించి, దాయాదుల విడుదలకు ముందే 1795 సెప్టెంబరులో వేంకటాద్రి నాయుణ్ణి గుంటూరు తీసుకువచ్చి సైన్య పర్యవేక్షణకింద ఉంచారు. చింతపల్లి పోరాదని ఆంక్షలు విధించారు. చేబ్రోలు పోవచ్చునని అనుమతి ఇచ్చారు. సంస్థానానికి ప్రభువు వేంకటాద్రి నాయుడే, కాని ఏంచేయాలన్నా కలెక్టరు అనుమతి తీసుకోవాలి (మచిలీపట్టణం నుంచి వేరుచేసి 1794లో గుంటూరు జిల్లాను ఏర్పాటు చేశారు). చెప్పకుండా ఏమయినా చేస్తే, కలెక్టరుకు తెలిస్తే సంజాయిషీ అడుగుతాడు. జవాబు చెప్పవలసి ఉంటుంది.

వేంకటాద్రి నాయుడు ఆంగ్లేయుల్ని ఎదుర్కోవటం కష్టమని గుర్తించాడు. వాళ్ళ అనుమతితోనే రాజుగా ప్రవర్తిల్లటానికి అంగీకరించాడు. కంపెనీ అన్ని ఏర్పాట్లు చేయగా, తిరుపతి యాత్ర 10.3.1796న ప్రారంభించాడు. పల్లకిలో ప్రయాణం. మూణ్ణెల్లకు తిరిగి వచ్చాడు. 1797 ఫిబ్రవరిలో అమరావతీ నగర రాజ ప్రాసాదంలో ప్రవేశించాడు.

దాయాది వారసుడు అయిన చంద్రమౌళికి కుమారుడు జగన్నాథబాబు 1797 సెప్టెంబరులో జన్మించాడు. 1798లో వేంకటాద్రి అతణ్ణి దత్తత తీసుకొన్నాడు. 1803లో అచ్చమ్మ, రంగాంబలను తెచ్చి అతడి కిచ్చి పెళ్ళిచేశాడు.

వాసిరెడ్డి వేంకటాద్రి నాయుడు తన సంస్థానంలో కలుపుకొన్న ముక్త్యాల జమీని కలెక్టరు 1801లో చంద్రమౌళికి ఇప్పించాడు. నాయుడికి ఇవ్వక తప్పలేదు.

దాయాది వారసుడు అయిన నాగన్నకు కుమారుడు రామనాథబాబు 1800 లో జన్మించాడు. 1801లో ఇతణ్ణి దత్తత తీసుకొన్నాడు నాయుడు.

వాసిరెడ్డి వేంకటాద్రి నాయుడి ఆరోగ్యం భగందర వ్యాధివల్ల బాగుండేది కాదు. ఆంగ్ల వైద్యం అంగీకరించలేదు. సంప్రదాయ వైద్యంతో పట్టీలు వేసుకొంటూ ఉండేవాడు. జబ్బు

తగ్గలేదు. 1804లో టీకాల మందులు తన సంస్థానంలో అంగీకరించలేదు. కంపెనీ వాళ్ళంటే నాయుడికి సందేహం. మనస్స్థిమితం తక్కువగా ఉండేది.

రాజ్య సుస్థిరత కోసం తాను చేసిన మంచిపనులు, స్వేచ్ఛా ప్రవృత్తి, స్వాతంత్ర్య కాంక్ష అటు గోల్కొండకు, ఇటు కంపెనీకి చెడ్డ పనులుగా కనిపించి ఆంక్షలు పెరిగాయి. సంజాయిషీలివ్వవలసి వచ్చింది. జవాబుదారీతనం నెత్తిన పడటం అతణ్ణి బాగా బాధించేది.

ఈ కాలంలో శైవభక్తీ, వైష్ణవభక్తీ కలగలిసిపోయి హరిహరాద్వైతం, నాయుడికి మానసిక ప్రశాంతి కోసం ఇష్టమయింది. యజ్ఞ యాగాదులు విరివిగా చేశాడు. బ్రాహ్మణుల్ని పోషించాడు. మాదిగల్ని మన్నించాడు. బంగారు ఆవును చేసి దాని గర్భంలో కూర్చుని దాని నుంచి వెలువడితే, గోవుకు పుట్టిన వాడవుతాడు అని గోగర్భమఖం చేస్తే సర్వసౌఖ్యాలు లభిస్తాయని, అనారోగ్యం అంతరిస్తుందని బ్రాహ్మణులు చెబితే చేశాడు. ప్రయోజనం రాజు కేమి కలిగిందో తెలియదుకాని, బంగారం బ్రాహ్మణులకు లభించింది. స్వర్ణగోవును బ్రాహ్మణులకు దానం చేస్తున్నప్పుడు అమరావతి ధరణికోటల్లోని మాదిగలు వచ్చి బంగారు ఆవుకు ప్రాణం లేదు కాబట్టి, అది చచ్చిన గొడ్డుతో సమానమని, దాన్ని తీసుకుపోయే బాధ్యత తమదని, దాన్ని తమకు ఇవ్వకపోతే బ్రాహ్మణులకిస్తే, ఇకపైన చచ్చిన గొడ్లన్నింటిని బ్రాహ్మణులకే ఇవ్వాలని, తమను తీసుకు పొమ్మని ఆజ్ఞగా చెప్పకూడదని వాదించారు. వాళ్ళ వాదనలోని బలం గుర్తించిన నాయుడు యజ్ఞఫలం తాను పొందుతాడనుకొని, స్వర్ణగోవును బ్రాహ్మణులకు, దాని విలువ డబ్బును మాదిగలకు ఇచ్చాడని జానపద గాథ ప్రచారంలో ఉంది. దీన్ని కొడాలి లక్ష్మీనారాయణ కూడా వ్రాసిపెట్టాడు.

ఇంతేకాదు, మాదిగలు మురికి కాళ్ళతో దేవాలయంలోకి ప్రవేశిస్తే దేవాలయం మలినమవుతుందని, దోషం తగులుతుందని వాళ్ళ ప్రవేశం నిషేధించమని రాజును కోరితే, రాజు, వాళ్ళు మురికి కాళ్ళతో రారాదని, శుభ్రంగా కడుక్కొన్న చెప్పుల కాళ్ళతో రావచ్చునని, దేవాలయంలో దేన్నీ తాకరాదని, చెప్పుల్లేని కాళ్ళతో రారాదని నిర్ణయించాడని జానపదకథ. దీన్ని కొడాలి లక్ష్మీనారాయణ వ్రాసి ఉంచలేదు. ఇది వాస్తవమయినా, కాకపోయినా, మాదిగల కిష్టమైన జానపద గాథ. తాను నిర్వహించిన అన్నదానాలలో కూడా అందరినీ సహపంక్తిలో కూర్చోబెట్టించేవాడనీ, మాదిగల్ని దూరం చేసేవాడు కాదని, బ్రహ్మనాయుడి చాపకూడు వేంకటాద్రి నాయుడికి ఆదర్శమని మౌఖిక సంప్రదాయ ప్రసిద్ధం. ఏతావాతా మాదిగలంటే నాయుడికి మమకారం ఉందని ఊహ.

కళలతో, కవులతో 'సుధర్మ' లో కొలువుదీరి, గోష్ఠులు ఏర్పాటు చేయించి, కవుల్ని కళాకారుల్ని పోషించి, మర్యాద మన్ననలు పొంది సంతృప్తిగా సుఖంగా జీవించేవాడు

నాయుడు. బుచ్చి వెంకు వంటి భోగంకవిని, చిందుతొక్కే, తప్పెట వాయించే మాదిగ కళాకారుల్ని, వీధి భాగవతుల్ని నాయుడు ప్రోత్సహించి, పోషించేవాడు.

నైజాం నవాబుతో, ఈస్టిండియా కంపెనీతో సత్సంబంధాలు కొనసాగిస్తూ 1797 నుంచి 1816 దాకా ప్రశాంతంగా జీవించాడు. 1815 నవంబరులో పిండారీల దోపిడీ జరిగింది. సైన్యం విజయవంతంగా వాళ్ళను పారద్రోలింది.

అప్పటికి యువరాజులకు 18, 15 సంవత్సరాల వయస్సు వచ్చింది. సంస్థానం ఇద్దరికీ సమానంగా పంచి 16.9.1816న స్వర్గస్థుడయ్యాడు నాయుడు.

కొంత వాదవివాదాలున్నప్పటికి రాజా వాసిరెడ్డి వేంకటాద్రి నాయుడు 55 ఏళ్ళు బ్రతికాడు. అందగాడు. స్ఫురద్రూపి, సాహసి, స్వాతంత్ర్యం స్వేచ్ఛ కోరుకొన్నాడు. ఐదడుగుల ఎత్తు, చామనఛాయ, శత్రువుల్ని శాసించాడు. ప్రభువుల్ని ధిక్కరించాడు. దుర్మార్గుల్ని అంతం చేశాడు. సన్మార్గుల్ని కాపాడాడు. నమ్మిన వాళ్ళను అందలం ఎక్కించాడు. దాయాదుల్ని, వారసుల్ని, అంతం చేయకపోయినా అడ్డులేకుండా చూచుకొన్నాడు. యుక్తులెక్కువ. సందేహించటం మొదట, సర్దుకొనటం తర్వాత చేసేవాడు. భయాన్ని జయించటానికి దాడి చేసేవాడు. ఇష్టాన్ని సాధించలేకపోతే అనిష్టాన్ని అంగీకరించే వాడు.

3. చారిత్రక భుజంగరాయుడు

భుజంగరాయుడు స్వర్గస్థుడయ్యేనాటికి 93 ఏళ్ల వాడనీ, ప్రథమ స్వాతంత్ర్య సంగ్రామం నాటికి 90 ఏళ్ళ వాడనీ జానపద గాథల వల్ల తెలుస్తూ ఉండగా, అతడి జనన సంవత్సరం 1767 అని ఊహింప వచ్చుకదా! రాజా వాసిరెడ్డి వేంకటాద్రినాయుడి ఆస్థానంలో ఉన్నాడని స్పష్టమయిన తర్వాత జానపద కథలు వాస్తవ సన్నిహితాలయ్యాయి.

నాయుడు 1761లో పుట్టగా, రాయుడు 1767లో పుట్టినట్లు గుర్తించవచ్చు. 1794లో చంపబడ్డ చెంచుల్ని రాయుడు 4 సంవత్సరాలు కాపాడాడు కాబట్టి, వాళ్ళను కోటకు తీసుకు వచ్చింది 1790లో అని భావింపవచ్చు. 1790లో సైన్యాధ్యక్షుడుగా భుజంగరాయుడున్నాడంటే మూడు నాలుగేండ్ల క్రితమే సైన్యంలో చేరి ఉండవచ్చు. అంటే 1786, 87 ప్రాంతంలో చేరి ఉంటే అప్పటికి 19, 20 ఏళ్ళ ప్రాయం వాడు రాయుడు.

1790 లోనే చెంచుల్ని రాజు చంపి ఉండాలి. కానీ రాయుడు వాళ్ళను తన పర్యవేక్షణలో సైన్యంలో చేర్చి ఉంటాడు. 1791 ప్రాంతంలో శ్రీశైల యాత్రకు పోయేటప్పుడు అడవి ప్రాంతం పరిచయమయిన చెంచుల్ని వెంటతీసుకొనిపోతే వాళ్ళు భీతావహంగా ప్రవర్తించటం వల్ల 1791లోనే వాళ్ళను చంపించి ఉండేవాడు నాయుడు. గుళ్ళు గోపురాలు, కొలనులు నిర్మించే పనిపెట్టి, రాజుకు అభయం ఇస్తూ, వాళ్ళను కోటకు దూరంగా తీసుకొని పోయి మూడేళ్ళు పుణ్య నిర్మాణాలు చేయించాడు రాయుడు. 1794 ప్రారంభంలో తిరిగి చింతపల్లికి ససైన్యంగా రాయుడు వచ్చాడు. అప్పుడు జరగవలసింది జరిగి పోయింది.

1795లో కుంఫినీ సైన్యం చింతపల్లి కోటలో చేరి వేంకటాద్రి నాయుణ్ణి గుంటూరులో సైన్య పర్యవేక్షణలో ఉంచినప్పుడు రాయుడు కోట నిర్మాణం, నగర నిర్మాణం చేశాడు. 1796లో వేంకటాద్రి నాయుడు తిరుపతి పోతూ, రాజ ప్రతినిధిగా రాయుణ్ణి నియమించాడు. అప్పటి నుంచి, రాజకీయ ప్రశాంత జీవనం ఉన్నప్పుడు కూడా దైనందిన రాజ కార్యకలాపాలు రాయుడు పర్యవేక్షించాడు.

అమరావతీ నగర ప్రవేశం 1797లో జరిగింది. అప్పటికి రాయుడికి ముప్పై ఏళ్ళు. రాజు క్షేమంగా, రాజ్యం సుస్థిరంగా ఉన్నప్పుడు, రాయుడు రాజు, తల్లిదండ్రుల మాట మన్నించి, పెళ్ళికి ఒప్పుకొన్నాడు.

అప్పటికి సేనానిగా, మంత్రిగా, కవిగా, రాజప్రతినిధిగా అంచెలంచెలుగా పెరిగిన రాయుడు తన జీవిత ధ్యేయమయిన పంచములను అందరితో సర్వసమానులుగా గుర్తించే శాసనం ఇప్పించాడు.

నాయుడు తన మరణ సమయంలో యువరాజులకు రాజ్యం చెరిసగం ఇస్తూ, ఇద్దరికీ రాజకీయపు సలహాదారుగా రాయుణ్ణి నియమించాడు. 1816లో నాయుడు పరమ పదించాడు. యువరాజులిద్దరూ రాజులై సంస్థానం పాలించారు.

నాయుడు రాయుణ్ణి అంతగా వృద్ధి పొందనివ్వటానికి, చివరికి తమ్ముడుగా గుర్తించటానికి, యువరాజులకు పినతండ్రి అంతటి స్థానం ఇవ్వటానికి కారణాలు ఏమై ఉంటాయి? నాయుడిది ప్రేమించే స్వభావం. అందువల్ల రాయుణ్ణి ఆదరించాడు. అభివృద్ధికి రానిచ్చాడు. ఇతన్నే ఎందుకు ప్రేమించాడు? అతనూ సంపూర్ణ ప్రేమ స్వరూపి, శాంతమూర్తి కాబట్టి, అంతగా ప్రేమించే శాంతిప్రియులు రాజ్యంలో కరువయ్యారా? కరువు కాలేదు.

మరెందుకు ఇతణ్ణి ప్రేమించాడు? సమర్థుడు కాబట్టి . ఏమిటి సామర్థ్యం? తననూ, తన రాజ్యాన్ని, యువరాజుల్ని కాపాడేంత సామర్థ్యం. అంత సామర్థ్యం ఉన్న ఇతరులెవరూ లేరా? ఉండవచ్చు. అంత సామర్థ్యమూ ఉండి నమ్మకస్థుడుగా, విశ్వసనీయుడుగా, ఆధారపడదగ్గవాడుగా ఉండటమే కారణం. అటువంటి వాళ్ళు మరెవ్వరూ లేరా? ఉండవచ్చు. కానీ దురూహలు లేని, అత్యాశలు లేని, అపకారం ఊహించను కూడా ఊహించని అధికారం కోసం హాని తలపెట్టని, అంత సమర్థుడై ఉండి కూడా సేవ చేసే స్వామిభక్తి పరాయణుడుగా ఉన్నాడు కాబట్టి రాజు విశ్వసించాడు. రాయుణ్ణి ప్రోత్సహించాడు.

కీడెంచి మేలెంచమనే వాళ్ళు, రాయుణ్ణి దూరం చేసుకొంటే తనను తానుగాక సంరక్షించే ఇతర సమర్థులు లేకుండా పోతారనీ, అందువల్ల ఆదరించాలనీ; అతణ్ణి దూరం చేసుకొంటే, శత్రువులు అంత సమర్థుడి సేవలు ఉపయోగించుకొన్నా, అతడికే కోపం వచ్చినా, రాజ్య సుస్థిరత సందేహాస్పదమవుతుందనీ భావిస్తారు. రాయుడికి నిరంతరం ఆధిక్యం, ప్రాధాన్యం ఇవ్వటం వెనుక అతడి సామర్థ్యంతో పాటు రాజు అవసరం కూడా దాగి ఉంది. రాజు అవసరం దాగి ఉందంటే, అతను లేకపోతే కష్టాలు కలుగుతాయన్న భయంకానీ, అతను ఉంటే సమస్యలు తలెత్తవన్న విశ్వాసం కానీ ఉండి ఉంటాయని అర్థం.

రాయుడికి కొన్ని లక్ష్యాలు ఉన్నాయి. అవి నెరవేరాలంటే తన సామర్థ్యంతో పాటు రాజు అండదండలు కావాలి. సహజంగా ప్రేమమూర్తి, శాంతస్వభావి అయిన రాయుడు నాయుణ్ణి నమ్మాడు. నాయుడూ అతణ్ణి విశ్వసించాడు. ఈ సంబంధం ప్రేమగా మారింది. ప్రేమ సోదర భావానికి దారితీసింది. రాజ్యాధికారం కంటే సోదరాధికారం మిన్నగా నిలిచింది. అందువల్లే రాయుడేమన్నా, ఏం చేసినా నాయుడు అంగీకరించాడు.

సమర్థించాడు. అసలు శిక్షించవలసిన రాయుణ్ణి రక్షించిన నాయుడికి, తమ్ముడులేని లోపం, మహావీరుడయిన రాయుణ్ణి చూడగానే తీరినట్లయి ఉంటుంది. ఆ ప్రేమ అంకురించిన తర్వాత అది పెరిగి పెద్దదై శాఖోపశాఖలుగా విస్తరిల్లింది.

రాయుడివల్ల తనకు గాని, సంస్థానానికి గాని ప్రమాదం కలగదని, మేలు కలుగుతుందని రాజు భావించాడు. ఈ భావన వమ్ము కాలేదు. మునుముందు కూడా వమ్ముకాదని నాయుడికి విశ్వాసం. అది నిజమని ఋజువయింది.

రాయుణ్ణి ప్రేమతో తప్ప జయించటం సాధ్యంకాదన్న సత్యం రాజు గుర్తించాడు. అతణ్ణి జయించాడు. జయింపబడటాన్ని కోరుకొనటంలో రాయుడి విజయం దాగి ఉంది.

ఆత్మాభిమానం, ఆత్మగౌరవం రాయుడి బలమైన లక్షణాలు. ముక్కుసూటి మనిషి. భయంలేని అసమాన పరాక్రమశాలి. సత్యం ఎదుట సర్వం దిగదుడుపే. అతను చేయదలచిందాన్ని ఏ శక్తీ ఆపలేదు. ఆంతర్యాలు, సందర్భాలు సునాయాసంగా గ్రహించగలడు. అనుకొన్నది చెబుతాడు, చేస్తాడు. అందుకే ఎంతగా అడ్డం తిరిగినా, ఏం చెప్పినా, చేసినా, నా మేలుకే అని నాయుడు అతణ్ణి మన్నించసాగాడు. ఏ పరిస్థితుల్లోనూ తేజోవధ జరగదని ఇద్దరికీ అర్థమయింది.

ఏ ప్రమాదంలేని శక్తిమంతుణ్ణి చేరదీసి ప్రోత్సహించి తనంతటివాణ్ణి చేసినా, తనకు లోబడే ఉంటాడు, తనకు మేలే చేస్తాడు, తనకు సుఖసంతోషాలు కలిగిస్తాడని నాయుడు గుర్తించాడు.

అందువల్ల రాయుడి మాటకు తిరుగు లేకుండా పోయింది. చేతకు ఆటంకం కలగలేదు. యజమానిగా మారాడు. అందుకు తగ్గట్టు వ్యవహరించాడు. రాయుడి పరాక్రమం, ఆత్మవిశ్వాసం, ఆత్మగౌరవం, స్వామి భక్తి, సేవాభావం, రాజుపట్ల విశ్వాసం, అతణ్ణి ఆ స్థితికి తెచ్చాయి.

స్వామి భక్తి, సేవాదృష్టి మాత్రమే అచంచలంగా ఉన్నా అణగ దొక్కబడేవాడు. పరాక్రమం, ఆత్మవిశ్వాసం, ఆత్మగౌరవం ఉండి, మాటలుండి చేతల్లేకపోతే, నిబద్ధత లేకపోతే, బ్రతుకు అర్థం పర్థం లేకుండా తెల్లారిపోయేది. అన్నీ ఉన్నా అచంచల బ్రహ్మచారిగా ముప్పై ఏళ్ళ దాకా ఉండటం, 17 ఏళ్ళకే పెళ్ళి పెళ్ళి అని వెంపర్లాడిన నాయుడికి ఆశ్చర్యంగా ఉండి ఉంటుంది. ఇటువంటి రాయుడిమీద నాయుడికి పిచ్చి ప్రేమ పుట్టమంటే పుట్టదూ? పుట్టింది. పుట్టిన ప్రేమ పూచి, కాసి, పండింది.

వాళ్ళిద్దరి అభిప్రాయాలు కొన్ని సందర్భాలలో కలవ్వు. కానీ ఆత్మీయతానురాగాలు ఏ పరిస్థితుల్లోనూ చెడవు. మేలయిన ఈ కుదిరిక ఆంధ్ర సంస్థాన వైభవం పెంచింది. పంచముల ప్రాభవం నిలిపింది.

కొంత చరిత్ర, కొంత జానపద కథా సాహిత్యం సమన్వయిస్తే, గొప్ప చారిత్రక నేపథ్యం గోచరం కాసాగింది. ఈ రెండు జీవితాలు జోడించినప్పుడు, తీసుకోదగ్గ సాహితీ స్వాతంత్ర్యం తీసుకొన్నాను. కల్పనలు చేశాను. ఈ కల్పనలు చరిత్రకు గాని, వాళ్ళ వ్యక్తిత్వాలకు గాని భంగకరం కావని భావించాను. సహృదయులు పరిశీలిస్తారు. చెంచుల హత్య నాయుడి దుండగంగా కంటే అనివార్యంగా చిత్రించాను. రాయుడు హత్యలు నివారించలేకపోవటాన్ని పరిస్థితుల ప్రాబల్యంగానే చూపాను కాని, బుద్ధి పూర్వక మౌనం, సహనంగా చూపలేదు. నాయుడు ఆరంభంలో చేసిన అకృత్యాలను కావ్యంలో ప్రస్తావించలేదు. కళలు, సాహిత్యం బ్రాహ్మణభక్తి, యజ్ఞయాగాదులు, గుడులు, కొలనుల నిర్మాణాలు నాయుడికి గౌరవం తెస్తాయి. రాయుడి కృషిని తెలుపుతాయి.

రాయుడి శాంత చర్యలు లేకపోతే, మనశ్శాంతి లేకుండా చేసే భగందర వ్యాధి వల్ల కానీ, పిల్లలులేని లోపం వల్ల కానీ, కూతురు చనిపోవటం వల్ల గానీ, భార్యావియోగం గానీ, పిల్లల్లేని భార్య వల్ల కానీ, నైజాం నవాబు పోటు వల్ల గానీ, కుంఫినీ కుయుక్తుల వల్ల గానీ, చెంచుల్ని చంపటం వల్ల గానీ, నిరంతరం వేధించే దుస్స్వప్నాల వల్ల గానీ, నాయుడు నిరంకుశుడిగా ప్రమాదకారిగా, అదుపు తప్పిన, అడ్డమాకలు లేని క్రూర జీవిగా మారి ఉండేవాడు.

శారీరకంగా, మానసికంగా అంత బలశాలి అయిన వాడు, అంత యుద్ధ నిపుణుడు, అంత ఆవేశపరుడు, ఆలోచనాత్ముడు, అంత విద్యావేత్త అయిన రాయుడు, అంత శాంతంగా, అంత సహనంగా ఉండటం ఆశ్చర్యకరమే! కులం తెచ్చియిచ్చే అనర్హత, ధనరాహిత్యం తలకు చుట్టే దయనీయ దీనస్థితి లేకపోతే, రాయుడు ఇంత శాంత చిత్తుడయ్యేవాడా? ఈ శాంత చిత్తతే అతణ్ణి మహోన్నతుణ్ణి చేసింది.

నేను వ్రాయదలచింది భుజంగరాయుణ్ణి గూర్చి. అవిభాజ్యంగా ఉన్న వాళ్ళ జీవితాలు వేరుచేసి చూపటం అసాధ్యం కావటం వల్ల రాజా వాసిరెడ్డి వేంకటాద్రి నాయుడి వైశిష్ట్యం ఆవిష్కరణం పొందింది.

రాయుడంతటి సమర్థుడు నాయుడికి ప్రేమ వశుడయినందువల్ల నాయుడి వ్యక్తిత్వం వికసించింది. సాటి సంస్థానాల్లో నాయుడంటే భయం రాయుడివల్ల కలిగింది. ఎంత ఇష్టం లేకున్నా నైజాం నవాబు కానీ, కుంఫినీ కలెక్టరు కానీ రాజు వైపు కన్నెత్తి చూడలేకపోయారు. రాయుడు సేనాపతేకాదు, రాజుకు నమ్మిన బంటు అన్న ఖ్యాతి రాజు పీఠం సుస్థిరం చేసింది. భుజంగ రాయుడి వైవిధ్య భరిత జీవితం, వేంకటాద్రి నాయుడి వైభవ సహిత జీవితం అందంగా పడుగు పేకల్లా అల్లుకుపోయి గొప్ప కలనేత కనిపించింది.

4. భుజంగ రాయుడి వైశిష్ట్యం

భుజంగరాయుడంటే నాకెందుకు ఇంత విపరీతమైన అభిమానం కలిగింది? బాల్యంలో, ఆపైన అప్పుడప్పుడు అతడి కథలు వినటంవల్ల, అవి చెప్పిన "అరక" అందంగా, ఆత్మీయంగా పాడి చెప్పటంవల్ల, మా తల్లీ అతణ్ణి ఆరాధనతో ప్రస్తుతించటంవల్ల, తల్లంటే నాకు దేవుళ్ళ కంటే గొప్ప కావటంవల్ల, అభిమానం, ఇష్టం, ప్రేమ, గౌరవం ఏర్పడి ఉండవచ్చు.

అంతేకాదు, మాదిగ కులస్థుడు ఆ రోజుల్లో సంప్రదాయాంధ్ర సంస్కృత సాహిత్య పండితుడు కావటం, సేనాని, కవి, మంత్రి, రాజప్రతినిధి, రాజుకు సలహాదారుడు కావటం, మేధావి, ఆలోచనాపరుడు, దేశ భక్తుడు, స్వామి భక్తుడు, అత్యంత విశ్వసనీయుడు కావటం చాలా గొప్ప విషయాలు. మాదిగ మహనీయుడు ఆస్థాయికి చేరుకోవటం చాలా అరుదు. మాదిగల్లో సమర్థులు యౌవనంలో ఆగ్రహావేశాలతో కొందరు అంతరిస్తారు. కొందరు మానినీ మదిరా మత్తులై చైతన్యం కోల్పోతారు. ఆగ్రహాన్ని, ఆవేశాన్ని, జెండాలుగా ఎగరేస్తూ శాంతచిత్తులుగా, ఆలోచనాపరులుగా అందరూ ఉండలేకపోతారు. మాదిగలంతగా ప్రేమించే మధుర హృదయులు అరుదే! రేపటిని గురించి ఆలోచించకపోవటం, ఉన్నవన్నీ దానం చేయటం హక్కులుగా భావిస్తారు వీళ్ళు. ఈ గుణాలే వీళ్ళకు శాపాలుగా మారతాయి. ఆ నేపథ్యం నుంచి వచ్చిన రాయుడు అంత విశిష్టుడుగా పెరగటం అసామాన్య విషయమే!

అంతే అయితే అందరూ ఒక నమస్కారం పారేసి ఊరకుందురు. మేలు చేసిన వాణ్ణి మనుషులు పూజిస్తారు. స్వాతంత్ర్యం సాధించాడని గాంధీ మీద చాలా మందికి గౌరవం. దేశాన్ని పారిశ్రామికంగా ముందుకు నడిపాడని నెహ్రూ అంటే గౌరవం. రాజ్యాంగంలో దళితులకు హక్కులు కల్పించాడని అంబేద్కరు అంటే గౌరవం. వాళ్ళను పూజిస్తారు. ఎంత గొప్ప వాళ్ళయినా తమకేం చేశారో దానిమీదే వాళ్ళకిచ్చే మర్యాద మన్నన నిలుస్తాయి.

పంచములు గుడులలోకి పోవచ్చు రావచ్చుననీ, కొలనులో నీళ్ళు తాగవచ్చుననీ, అందులో స్నానం చేయవచ్చుననీ, కోటలోకి స్వేచ్ఛగా రావచ్చుననీ, పంచములు అందరితో అన్ని విషయాలలో సర్వసమానమని శాసనం వేయించటం, దాన్ని ఆచరింపచేయటం, పంచములకు ఆనందాన్ని కలిగించింది. ఈ శాసనం అన్నం పెట్టదు, ఇళ్ళివ్వదు, భూములివ్వదు, బర్రెలివ్వదు, గొర్రెలివ్వదు. ఆత్మవిశ్వాసం ఇస్తుంది –

ఆత్మగౌరవం ప్రతిష్ఠిస్తుంది. మానవ సమానత్వానికి మార్గం ఏర్పరుస్తుంది. ఇది పంచములకు ప్రాణ ప్రదమయింది. ఇది భుజంగరాయుడి జీవిత కృషి. దీనికి అతడు చాలా త్యాగాలు చేశాడు. దీనికోసమే పరమ పరాక్రమశాలి, ప్రసన్నశాంత చిత్తుడుగా మారాడు. ఈ వ్యక్తిత్వానికి గుర్తింపే ఈ కథలు, గాథలు. ఈ మహాత్ముడి పూజే వీటి ప్రచారం. ఈ మహనీయుడి స్మరణే ఇది, జనావళి నాల్కలమీద నర్తించటం.

అంటరానితనం రద్దని, అందరూ సమానమని, నాయుడు శాసనం చేశాడని జానపద గాథ. అది చరిత్రగా నిరాధారం. అది దొరికితే చరిత్ర స్పష్టమవుతుంది. ఎప్పుడో దొరుకుతుంది. ఎవరో వెలుగులోకి తెస్తారు.

ఇప్పుడూ అంటరానితనం నేరమని చట్టం ఉంది. అది ఉల్లంఘనలోనే ఎక్కువగా అమలు అవుతూ ఉంది.

అప్పుడు నాయుడు శాసనం చేశాడు. ఎందుకు చేశాడు? రాయుడు కోరాడని! ఎవరో కోరితే రాజులు శాసనాలు చేస్తారా? తనకు కావలసిన వాళ్ళు కోరితే కాదనలేక చేయవచ్చు. ఆ శాసనం చేయాలని రాజుకే అనిపించవచ్చు. శాసనం వల్ల, దూరీకరణం పొందిన పంచములు సన్నిహితులు కావచ్చు. ఈ శాసనం వల్ల సన్నిహితులు దూరమూ కావచ్చు. రాజు ఇవన్నీ చూచుకోవాలి. శాసనం చేయకపోతే, రాయుడు దూరమవుతాడా? శత్రువవుతాడా? ప్రమాదికారిగా మారతాడా? రాయుడి అర్థత శాసన ఆవిర్భావానికి మూలం. రాయుడు అడక్కపోతే రాజు శాసనం చేసేవాడు కాడేమో!

స్వాతంత్ర్యం వచ్చి, రాజ్యాంగం ఏర్పడేదాకా, ఇటువంటి శాసనం నాయుడు తప్ప అన్యులు, పంచముల్ని ఆదరించి, ప్రేమించి, ప్రోత్సహించే వందలాది సంస్థానాధీశులు, వేయించినట్లు సమాచారం ఎక్కడో తప్ప లేదు. ఆ దృష్టితో నాయుడి శాసనం సాహసాత్మక చర్యే!

భారత రాజ్యాంగం అంటరానితనం నేరమని నిషేధించింది. ఎందుకు? అంబేద్కరు వ్రాశాడు కాబట్టి! అంబేద్కరు వ్రాసిన చాలా వాటిని కాదని, హిందుకోడ్ బిల్లును తిరస్కరిస్తూ, అతడి కాళ్ళూ చేతులు కట్టేస్తూ, నోరూ నొక్కేస్తూ వచ్చిన రాజ్యాంగ నిర్మాణ సభ దీన్ని ఎందుకు అంగీకరించింది? మాట నిలబెట్టుకోవటానికి! ఏం మాట? మేమందరం అన్నదమ్ములం అన్నారు కాబట్టి. ఎందుకన్నారు? స్వాతంత్ర్యం రావాలి కాబట్టి. అనకపోతే ఏమవుతుంది? స్వాతంత్ర్యం రాక పాకిస్తాన్ లాగా పంచమస్థాన్ ఏర్పడుతుంది కాబట్టి! దాన్ని శాసించటానికి జాతీయత అవసరమయింది. భారతీయులంతా ఒకే జాతి అనవలసి వచ్చింది. పంచములు కూడా మా సోదరులే అనవలసి వచ్చింది. ఆ మాటే అన్నారు. అన్నమాట నిలబెట్టుకోవటానికి అంటరానితనం నేరమని అంబేద్కరు వ్రాస్తే అంగీకరించారు.

అప్పుడు గానీ, ఇప్పుడు గానీ, నాయుడు గానీ, రాజ్యాంగ నిర్మాణ సభ గానీ అంటరానితనం నిర్మూలన శాసనం తేవాలంటే అది వాళ్ళ అవసరం అయి ఉంటుంది. వీళ్ళమీద ప్రేమ అయి ఉంటే, అప్పుడు గానీ, ఇప్పుడు గానీ అంటరానితనం అంతరించి పోకుండా ఎందుకుంది? మార్పు ఉంది అంటారు. మార్పేకాని అస్పృశ్యత సమూల విచ్ఛేదం కాలేదు.

అంటరానితనం నిర్మూలనకు శాసనం చేయించాడని రాయుణ్ణి, రాజ్యాంగంలో పొందుపరిచాడని అంబేద్కరుని, నాటి పంచములు, నేటి దళితులు పూజించటంలో భాగంగానే, భారతదేశమంతటా అంబేద్కరుకు ఆరాధన, ఆంధ్రరాష్ట్రంలో రెండు జిల్లాల్లో రాయుడి జానపద కథలు, గాథలు ప్రచారంలో మిగిలి ఉన్నాయి. అంబేద్కరు సాహిత్యం నిత్య చైతన్యకారకం. రాయుడి కథలు జానపద సాహిత్యంలాగే మరుగునపడే స్మృతులై, మృతమై ఏ చైతన్యం కలిగించలేవు.

కులాంతర, మతాంతర వివాహాలు ఈ రోజుల్లో కూడా కొందరికే సాధ్యం! భుజంగరాయుడు అయిదు వర్ణాల స్త్రీలను పెండ్లాడదలిచాడు. మహమ్మదీయ స్త్రీని, నైజాం నవాబు పాలకుడు కాబట్టి, క్షత్రియ స్త్రీగానే భావించినట్లున్నాడు. కులంలోగానీ, కులం బయటగానీ యువతీయువకులు పెళ్ళిచేసుకొంటే పుట్టిన పిల్లలకు యువకుడి కులమే వస్తుంది. రెండు కులాల మధ్య పెళ్ళిళ్ళు జరిగినా, ఒక కులమే మిగులుతుంది. అద్భుతమైన తెలివితేటలున్న పిల్లలు పుడతారు కాని కులం అంతరించిపోదు. కులాంతర, మతాంతర వివాహాలని గాఢంగా వాంఛించే, ప్రయత్నించే, సాధించే సమాజంలో కులం, మతం మిగులుతున్నాయి కాని పోవటం లేదు. పోతే కదా సమాజ పరిణామం!

రెండు వర్ణాల మధ్య జరిగిన పెళ్ళివల్ల, ఆదర్శజీవులు మూడోవర్ణం సంతానం పొందగలరా? కుల,మత, వర్ణరహిత సమాజం ఉద్భవిస్తుందా? భారతీయులు కులాల్ని వదులుకోగలరా? మతరహితంగా మనుషులు ప్రపంచంలో ఎక్కడయినా ఉండగలరా? ఉండవచ్చు. అది మన దేశం నుంచే ఆరంభం కావచ్చు. ఎంత గొప్ప ఆదర్శం!

అయిదు వర్ణాల స్త్రీలను పెళ్ళాడి, ఇబ్బడి ముబ్బడిగా పిల్లల్ని కని, అయిదు వర్ణాల బంధుత్వాలతో పెళ్ళిళ్ళు చేశాడు, భుజంగరాయుడు. అన్ని వర్ణాల వాళ్ళు అతడికి బంధువులు. వర్ణాలుంటాయి, కాని వర్ణాలమధ్య బంధుత్వాలు ఏర్పడినాయి. శతాబ్దాల అడ్డుగోడ బీటలు వారుతుంది. అందరూ బంధువులైతే అడ్డుగోడలు కూలవచ్చు. పోనీ అంతరాలు తగ్గవచ్చు. ఒక ఆదర్శ ప్రేమికుడైన రాయుడు, పంచముడు, పంచ వివాహాలు చేసుకొన్నాడు.

ఇన్ని పెళ్ళిళ్ళు చేసుకోవచ్చునా? ఇందరు పిల్లల్ని కనవచ్చునా? నేటి దృష్టి వేరు. నాటి పరిస్థితి వేరు. పోషించే సామర్థ్యం ఉండేవాళ్ళు, నాడు పెళ్ళిళ్ళు చేసుకోవటంలో

వెనుకాడేవాళ్లు కారు. జనాభా పెరిగితే బాధలేని కాలంలో పిల్లలు ఎక్కువ మంది పుట్టినా మేలే అనుకొనేవాళ్ళు. అతడి ఇంటి పేరిట జనం అన్ని కులాలలో ఉన్నారు. భుజంగరాయుడి ఇంటిపేరే గ్రామ నామమయిందని జానపద గాథా ప్రసిద్ధి. వాస్తవం కాకపోవచ్చు. అసలు అతడి ఇంటి పేరు ఇదే అని చెప్పే ఆధారం దొరకలేదు. చాలా ఇళ్ళపేర్లు, చాలా కులాల్లో ఉన్నాయి. వాళ్ళంతా ఒకే తండ్రి పిల్లలని రుజువు చేయటం అంత సులభంకాదు.

ఇంటిపేర్లు రావటానికి సామాజికంగా సవాలక్ష కారణాలు ఉంటున్నాయి. భుజంగరాయుడికి ఇన్ని వర్ణాల స్త్రీలను పెళ్ళాడి, పిల్లల్ని కనాలన్న కోర్కె పాలకుల దౌర్జన్యం, బ్రాహ్మణుల దౌష్ట్యం వల్ల కలిగి ప్రతీకారంగా జరిగి ఉండవచ్చు. ఏమయినా నాటికిది కొంత విప్లవమే!

పూర్వం మాదిగల్లో బహుభార్యాత్వం మామూలే! ఏకపత్నీవ్రతం అనేమాట కలల్లోనే చెల్లుబడి. ఇవి కాముకత్వంగా కాక కార్యార్థంగా జరిగిన పెళ్ళిళ్ళే అనిపిస్తాయి. భుజంగరాయుడి ఆదర్శంకానీ, లక్ష్యంకానీ జానపద కథలు కూడా చెప్పలేదు. అతను మాటల మనిషికాదనీ, చేతల మనిషి అనీ అర్థమవుతుంది. అయిదు పెళ్ళిళ్ళు కాగానే సమాప్తమన్నాడు. జానపద కథల్లో అయిదు పెళ్ళిళ్ళ తర్వాత మళ్ళీ పెళ్ళి అనలేదు. అక్రమ సంబంధం ప్రసక్తి రాదు. తన సర్వశక్తులు కొన్ని సాధించటానికే ఉద్దిష్టమయ్యాయి. వివాహాలు కూడా వాటిని సాధించటానికే జరిగాయి. అతడి ప్రధాన లక్ష్యం అంటరానితనం నిర్మూలించటం. అందుకే అతడి జీవిత కృషి. భుజంగ రాయుడు నన్ను పూని నా వ్యక్తిత్వాన్ని ప్రభావితం చేశాడో, నా జీవన దృక్పథం ఈ పాత్రసృష్టిని ప్రభావితం చేసిందో, రెండూ నిజమో, నేనేమి చెప్పలేను.

5. ప్రక్రియా నిర్ణయం

జానపద సాహిత్యం, అంతరించి పోతుందనే ఆందోళన ఆలోచించే అందరికీ ఉంది. భుజంగరాయుడి కథలు మరుగునపడతాయనే సందేహం నాకూ ఉంది. అలా జరక్కపోతే బాగుండునన్న ఆశ నుంచి ఈ కావ్యం పుట్టింది. కొంత చరిత్ర, కొంత జానపదం, కొంత కల్పనగా కావ్యం రూపం దిద్దుకొంది. ఇద్దరు చారిత్రక వ్యక్తుల జీవితం పరిమిత పరిధిలో సురక్షితంగా ఉంటుంది. ప్రధానంగా భుజంగరాయుడికి అవసరమైన మేరకు వేంకటాద్రి నాయుడు కావ్యంలో ఉంటాడు. కథానాయకుడు భుజంగరాయుడు.

వీళ్ళిద్దరి జీవితం సాహిత్యంగా పరిణమిస్తే క్షేమమన్న భావన ప్రక్రియ కోసం ప్రయత్నించింది. దీన్ని పరిశోధనగా వ్రాస్తే ప్రయోజనం పరిమితం. చరిత్రగా వ్రాస్తే వాస్తవం అవాస్తవం కలగలిపినట్లు అవుతుంది. కార్యకారణ సంబంధం కల్పించినా, అది చారిత్రక వాస్తవం కావాలన్న నియమం ఏమీ ఉండదు. రెండు జీవితాల మిశ్రమంగా ఒక చారిత్రక నేపథ్యంలో నవలను సృష్టింపవచ్చు. చారిత్రకం కాబట్టి గ్రాంథికంగా వ్రాయవచ్చు. జనంకోసం కాబట్టి వ్యావహారికంలో వ్రాయవచ్చు. వీళ్ళ సంబంధాలు, భిన్నసందర్భాలలో, ముగింపులు చమత్కారంగా ఉన్నాయి కాబట్టి కథానికలుగా వ్రాస్తే ప్రయోజనకరంగా ఉండవచ్చు.

వీళ్ళిద్దరి జీవితాల్లో నాటకీయత పుష్కలంగా ఉంది. నాటకం గానూ వ్రాయవచ్చు. అన్ని లక్షణాలతో పద్యనాటకంగా వ్రాయవచ్చు. అంగిరసం శాంతమవుతుంది. వీరమే ఉండాలంటే త్యాగ, దాన, ధర్మ, దయ, కరుణ వీరాల్లాగానే శాంతవీరంగా నాటకాన్ని తీర్చి దిద్దవచ్చు. నాటకం ప్రయోగిస్తేనే జనానికి అందుతుంది. పాఠ్యగ్రంథమయితే విద్యార్థులకు చేరుతుంది. నవలలు, కథానికలు చదివినట్లుగా అందరూ నాటకాలు చదవరు.

'మునివాహనుడు' పాఠ్యాంశమూ అయింది, ప్రదర్శనలూ పొందింది. 'సాక్షి' ఏమీ కాలేదు. 'ఆర్య నాగార్జునాచార్యుడు' అంతులేదు. మునుపు తెలుగు నాటకరంగం ఏలిన చాలా బృందాలు నటీనట దర్శకులు దళిత నేపథ్యం నుంచి ఎక్కువగా వచ్చారు. నాటకాలకు అప్పటి ఆదరణ లేదు. ఇప్పటికీ కొందరాడుతున్నారు. రాయబారమో, ఉద్యోగ విజయాలో, హరిశ్చంద్రో, మాయలఫకీరో ఆడవచ్చు. చారిత్రక నాటకాలు తక్కువ. కొత్తవి మరీ తక్కువ. ఆ తక్కువలో ఆ ప్రవాహంలో ఇది నాటకమై కలిసి కొట్టుకుపోరాదు. విషయం చారిత్రకం కాబట్టి కొంత ఆదరణ ఉన్నా సాంఘిక నాటకంలాగా ఇది ఆకర్షించదు.

కవిత్వం వ్రాస్తే ఇటువంటి సమస్యలుండవు. నాటకమయినా, నవల అయినా వ్యావహారికంలో వ్రాయవచ్చు. పద్యం గ్రాంథికంలోనే ఉంటుంది. వ్యావహారికంలో కష్టం. కష్టమే, కష్టసాధ్యం. పురాణ చారిత్రక నాటకాలు వ్రాసినప్పుడు ముప్పై, నలభై ఏళ్ళ పూర్వం గ్రాంథిక భాష, పద్యం వ్రాశాను. కవిత్వ రచనకు 50 ఏళ్ళ పూర్వం గ్రాంథిక భాష, పద్యం వాడాను. వ్యావహారిక భాష, కవిత్వం, కథానిక, నవల, నాటకం, వ్యాసం, పరిశోధన, విమర్శన రచనలకు వాడాను. వ్యావహారిక భాషలో సిద్ధాంత గ్రంథం వ్రాయటంలో ద్వితీయుణ్ణి అయినా, అద్వితీయంగా రచన ఉందని, నా పర్యవేక్షకులు భావించారు. గ్రాంథిక భాషకంటే వ్యావహారిక భాష నోటిమాటే చేతిరాతగా ఉండాలని ఆశించే నేను కూడా కావ్యం వ్రాయవలసివస్తే అనివార్యంగా గ్రాంథికం గ్రహించక తప్పదు.

పద్యానికి గ్రాంథికం అనువైన వాహిక. పద్యం ఫ్యూడల్ వ్యవస్థ చిహ్నమని, విముక్త మానవుడి తెగని దాస్యశృంఖలాల గుర్తని, పాత రాతియుగ భావాల సంకేతమనీ, రాజరికానికి, ఛాందసత్వానికి, మనుషుల్ని బానిసలుగా చూచే సమాజానికి ప్రతిబింబమని భావించటం గుర్తించాను. తిట్టే వాళ్ళ మాటలూ విన్నాను. పద్యంలో కొన్ని భావాలు పలకటంలో అందం ఉందని, భావం సంక్షిప్తంగా పలికించే శక్తి ఉందని, అభివ్యక్తి ఆంతర్యం నిబిడమై ఉందని, ప్రాచీనతా రూపమని, వెయ్యేళ్ళ సాహిత్యవాహిక అనీ తెలుసు. దాని అందం ఏ కవితా రూపానికి రాదని, వాదించే పండితుల్ని, పద్య కవితా సదస్సుల్ని, వాళ్ళ అభివ్యక్తుల్ని విన్నాను. నేనెవరి మాటల్ని పట్టించుకోను. నేనీ కావ్యం వ్రాయదల్చుకొన్నాను. ఇది పద్యంగా వ్రాయటం సముచితమని నాకనిపించింది. వ్రాశాను.

నేను పద్యం, గేయం, వచనం, కవిత్వంగా వ్రాశాను. ఒకదాని కోసం మరోదాన్ని వదులుకోలేదు. రాయుడు పద్యకవి. నాయుడు పద్య కవితా రసికుడు. వాళ్ళ సాహిత్య జీవితం పద్యమయం. వాళ్ళకీ కావ్యం నీరాజనం. ఈ చారిత్రక కావ్యం పద్యంగానే ఉంటుంది.

సరళంగా వ్రాయాలన్న సంకల్పంవల్ల, సరళ గ్రాంథికంగా రచన సాగుతుంది. ఎక్కువగా సంస్కృత సమాస భూయిష్ట రచనగా ఉండకూడదని సంకల్పం. చిన్న చిన్న పదాలతో, నాకు సహజమయిన చిన్న చిన్న వాక్యాలతో, వ్యర్థతకు చోటులేకుండా వ్రాయాలని ఇష్టం. సంకల్పం సంకోచించినా, వ్యాకోచించినా యోగ్యులు గుర్తిస్తారు.

ఈ దృష్టితోనే బండిరా, అరసున్నవాడలేదు. సంధి విషయంలో వెసులుబాటు తీసుకొన్నాను. చిన్నయసూరి వద్దన్న సంధులు చేశాను. ఉదా: క్యార్థకసంధి. చిన్నయ పాణిని చేయమన్న సంధులు చేయలేదు. విసంధి స్వేచ్ఛగా వాడాను. సంధి విషయంలో తీసుకొన్న స్వేచ్ఛకు కారణం పలుకుతున్నట్లుగా వ్రాయాలని, వీలయినంత స్పష్టంగా

వ్రాయాలని, భావించటమే! రేఫతో సంయుక్తంగా ఉండే రూపాలు రేఫ విరహితంగా రాయటమే ఇష్టపడ్డాను. అలవాటు అనుల్లంఘనీయం కదా!

వైరి సమాసం అని పిలవబడేది మిత్రసమాసమని పరిశోధన పత్రాలు సమర్పించాను. సిద్ధాంతగ్రంథం వ్రాశాను. సిద్ధమిత్ర సమాసాలు ఈ కావ్యంలో ప్రయోగించాను. ఆది ఆంధ్రుడులో ఆది ఆంధ్ర రూఢిగా ఉంది. అందుకే సంధి చేయలేదు. ఆంధ్రులు, ఆది ఆంధ్ర పదాన్ని ప్రాచీనాంధ్రుల్ని చెప్పటానికి వాడుతున్నారు. ఆది ద్రావిడ, ఆది కన్నడిగ వంటి పదాలతో ఆదిమ వాసుల్ని గూర్చి చెప్పటానికి భారతీయులు సిద్ధమయ్యారు. ఈ పదాలు ప్రాచీనాలు కావు. అర్వాచీనాలు.

సంభాషణలు రాసేటప్పుడు, అనగా, చెప్పగా, తెలుపగా ,అనవిని అనవుడు, నావుడు వంటి పదాలు పరిహరించటం సాధ్య మయితే బాగుండునన్న కోర్కెవల్ల వాటిని తొలగించే పని చేశాను. ఒకరి మాటలు రెండు కొటేషన్ గుర్తులతో, మరొకరి మాటలు మరో రెండు కొటేషన్ గుర్తులతో వ్రాస్తూ పోయాను. ఇద్దరి మధ్య సంభాషణ అయినప్పుడు ఎవరు ఏమి మాట్లాడారో ఈ గుర్తులతో తేలికగా తెలుసుకోవచ్చు. ముగ్గురిమధ్య సంభాషణ వచ్చినప్పుడు తప్పనిసరిగా సంప్రదాయ మార్గం అనుసరింపక తప్పలేదు. ఇద్దరి మధ్య సంభాషణ జరిగేటప్పుడు చెరొక పద్యంగా ఉంటే చింతలేదు. ఒక పద్యంలోనే ఇద్దరి మాటలు ఉంటే కొటేషన్ గుర్తులే అర్థం అవగాహనకు శరణ్యం. పద్యాల ధారాశుద్ధి చెడకుండా ఉండటానికి కవులు సాధారణంగా విరామచిహ్నాలు వాడరు. అర్థావబోధకు అవరోధం ఉందనిపించినప్పుడు విరామ చిహ్నాలుంచాను.

రాజ్యము, సామ్రాజ్యము, రాజు, ప్రభువు, చక్రవర్తి, సార్వభౌముడు వంటి పదాలు సంస్థానం, సంస్థానాధీశుల గూర్చి చెప్పేవే! వ్యావహారిక భాషలో ప్రసిద్ధంగా అర్థం విశదంగా బోధించే పదాలు, చిన్నయసూరికి అసాధ్యంగా ఉండేవి, కొన్ని ప్రయోగించాను. ఇందుకు కారణం వీలయినంత సరళంగా, సరళ గ్రాంథికంగా వ్రాయాలన్న సంకల్పమే! ఒక్కొక్కసారి సముచ్చయం సావాసం చేసింది. రాజు వేషం వేసి, కిరీటం పెట్టుకొన్నప్పుడు చమ్కీలు తప్పనట్లు, సర్దుబాట్లూ తప్పలేదు.

6. నూత్న యతులు

కావ్యరచనా సందర్భంలో యతుల మీదికి దృష్టి మళ్ళింది. సంస్కృతంలో యతి విరామమే చూపుతుందనీ, తెలుగులో యతి అంటే స్వరకార్యమనీ , ఉచ్చారణలో స్వర సన్నిహితంగా ఉన్న అక్షరాల పొత్తు తెలుగులో యతి అనీ సాహిత్య విద్యార్థులకు తెలుసు. సాహిత్య పరిణామం గుర్తించే వాళ్ళకు, కవితా రచనలో అవసరాలు, భాష మారినట్లు, మారతాయని తెలుసు. సరళ గ్రాంథికం వ్రాస్తున్నప్పుడు, బండిరా, అరసున్న వ్రాయనప్పుడు, వాటిమీద ఆధారపడ్డ యతిప్రాసలు మారుతాయని ఇట్టే గుర్తింపవచ్చు. సరళ గ్రాంథికం వ్రాయరాదని, జనానికి పద్యాన్ని దూరం చేయమని ఎవరూ అనరు. భాషా సారళ్యం, సంస్కరణం అంగీకరించిన ఆంధ్రుల వాంఛా పూర్తికి పండితులు, లాక్షణికులు మడికట్టుక్కూర్చోరాదు. లాక్షణికులు కాలక్రమంలో వచ్చిన మార్పులను, యతుల విషయంలో కూడా, అంగీకరించటం పండితులకు తెలుసు. ఈ లాక్షణికులు భాష సారళ్యం సంతరించుకోవటం చూడని కాలానికి చెందినవాళ్ళు. వ్యావహారిక భాష ఉద్ధృతమయిన కారణంగా సరళ గ్రాంథిక రచన చాలామంది ఇష్టపడసాగారు. వీర గ్రాంథిక వాదులే కొందరు నూట ఏభై ఏళ్ళ నుంచి సరళ గ్రాంథికవాదులై, వ్యావహారిక భాషా వాదనకు, దృష్టికి, అంగీకారానికి మార్గం ఏర్పరచారు. అందువల్ల వ్యావహారిక భాష అంగీకారమయింది,అనివార్యమయింది. పద్య కవులకు సరళ గ్రాంథికం శరణ్యమయింది. కొందరు వీర, గ్రాంథిక, శౌర్య, పరాక్రములింకా ఉండవచ్చు. కానీ ముందు ముందు ఉంటారని నిక్కచ్చిగా చెప్పటం సాధ్యం కాదు. అందువల్ల సరళ గ్రాంథిక భాషా దృష్టి అనివార్యం. దానితో వచ్చే మార్పుల స్వీకారం అనివార్యం.

1. రకార యతి:

ఇది సాధురేఫకు, శకటరేఫకు యతి చెల్లింపవచ్చునని చెప్పటం. శకటరేఫ సరళ గ్రాంథికంలో రాయటం లేదు కాబట్టి దీన్ని రకార యతే అనవచ్చు. ఏకతర యతిలో రెండింటికీ యతి చెల్లదన్నారు కాబట్టి, రాతలో బండిరా సాధురేఫగా వ్రాసినప్పటికీ యతి చెల్లించవద్దు అనే పండితులుండే ప్రమాదం ఉంది. లాక్షణికులు రెండు రేఫల అస్తిత్వం చెడకుండా యతులు కూడా వేరు వేరుగా వేయడానికే దీన్ని సూచించారు. తెలుగు భాషకు

ప్రత్యేకమయిన ఈ హల్లును కోల్పోవటం పండితులకు ఇష్టం లేదు. కాని చేయగలిగింది ఏమీ లేదు. మార్పు వరదలాగా వచ్చేస్తూ ఉంది. ఆనకట్టలున్నాయి కాబట్టి వరదనీరు అవసరమే. బండిరా రాయకపోతే, కొన్ని పదాల అర్థబోధలో అవరోధముందని చెబుతారు పండితులు. సందర్భాన్ని బట్టి, అర్థం తెలిసి పోతుందని సరళ గ్రాంథిక వ్యావహారిక వాదులు చెప్పి తీరతారు. రాత ఎట్లా రాసుకొన్నా మూలరూపంలో ఉన్న బండిరాతో సాధురేఫకు యతి వేయరాదని కఠోరంగా నేడు అడ్డుపడకూడదు. అటువంటి యతివేస్తే చెల్లదని కొట్టిపారేయరాదు. ఎవరో కొట్టి పారేస్తారని కవులు ఆగరు.

అసలే పద్యకవిత్వం, లాక్షణికులు, పండితులు పెట్టే చిక్కులవల్ల, ఆదరణ కోల్పోయి తగ్గిపోతూ ఉంది. మరీ బెదరగొడితే మరింత ప్రమాదం. ప్రమాదంవల్ల పద్యం ప్రాభవం కోల్పోతుంది. కోల్పోతే, ప్రాచీనాంధ్ర సాహిత్యం చాలాభాగం పద్య కవిత్వం గానే ఉంది కాబట్టి, దానిపట్ల ఆసక్తి తగ్గిపోతుంది. ఇప్పటికే తగ్గింది. ఇంకా తగ్గుతుంది . ప్రాచీన సాహిత్యంపట్ల అభిమానం, ఆదరణ తగ్గాక, మాది, మా తెలుగు భాష ప్రాచీన భాష అని వాదించే అర్హతా కోల్పోతాం. దాన్ని కాపాడదలచిన వాళ్ళు కొన్ని మార్పులు అంగీకరించాలి. సరళ గ్రాంథికం స్వీకరించాలి. అటువంటి స్వీకరణ యోగ్యమయిన వాటిలో యతుల ఆలోచన కూడా చేర్చుకోవాలి. మనం ఒప్పుకోకపోయినా స్వేచ్ఛా ప్రియులయిన, నిరంకుశులయిన కవులు ప్రయోగాలు చేస్తారు.

రెండు రకాల రేఫల యతిని ప్రోత్సహించటం శ్రేయస్కరం.

2. ఋకార యతి

ఋకారం అసలు తెలుగులోది కాదు. అభివృద్ధి చెందిన తెలుగులోకి సంస్కృత సంపర్కంతో వచ్చింది. దీనికి పెత్తనం ఎక్కువయింది. దీనికి ఇ ఈ ఎ ఏలతో యతి చెల్లుతుంది.

ఋకారం రేఫతుల్యమన్నారు. ఋ ర లు- మూర్ధన్యాలన్నారు. రి రీ రె రేలతో యతి వేసుకోమన్నారు.

ఱి, ఱీ, ఱె, ఱే లతో యతిమైత్రి ఒప్పుకోరు. వీటిని సాధురేఫగా రాసినప్పుడు అంగీకరించాలి.

ఋత్వం చేరిన ఏ హల్లుకయినా యతి మైత్రి అంగీకరించారు. దీని దాబుసరి మండ, ఈ అవకాశం ఏ స్వరానికీ లేదు.

ఇంత వ్యాప్తి ఉన్న ఋకారంతోడి యతికి మరింత వ్యాప్తి ప్రతిపాదిస్తున్నాను.

ఋ ని ఉచ్చరించేటప్పుడు రి రీ రె రే లకు సన్నిహితంగా ఉండే స్వరంగా మాత్రమే వ్యవహరించటం లేదు.

ఋతువును పలికితే రుతువు అనే పలుకుతాం. రితు---> రెతుగా పలకం. రి, రె, రి/రె గా పలకం. కృషి – క్రిషి, క్రెషి, క్రి/క్రెషిగా పలకం. క్రుషిగానే పలుకుతాం.

అంటే ఋ – ఉ తో సన్నిహితంగా ఉంది.

కాబట్టి ఋ కు – ఉ ఊ ఒ ఓ లతో యతి చెల్లింప వచ్చు.

ఋతో సంప్రదాయ యతులు ప్రయోగిస్తూనే నూత్న యతిని గుర్తించటం శ్రేయస్కరం.

కవుల ప్రయోగాలు ఉన్నాయా? ఉంటాయి. లాక్షణికులు గోల పెడతారని కవులు సందేహిస్తారు ప్రయోగించటానికి. సందేహం వద్దు.

“హృదయము మండిపోవునెడ ఉన్నత భావ విపంచికల్ బదాబదలగు వేళలందు” ఈ ప్రయోగాలు అనివార్యం.

ఋకార యతి అంగీకరించడం ఔచిత్యం.

3. ము–వు యతి

ము కారానికి–వర్ణమైనా, వర్ణకమైనా–పుపు బు భులతో యతి చెల్లించారు లాక్షణికులు.

వకారానికి – ప ఫ బ భ లకూ యతి చెల్లించారు.

అయితే ము – వులకు యతి చెప్పలేదు.

ఈ ప్రతిపాదన వాటికి యతి చెల్లించమనటమే. ము–వులకు యతి మైత్రి అంగీకరించాలి.

4. లన యతి

ల–ళ; ల–డ; ల–ర లకు యతి అంగీకరించారు. కాబట్టి లళడరలకు పరస్వరం యతి చెల్లింపవచ్చు.

ల, న లు దంత మూలీయాలు, ఉచ్చారణ సన్నిహితంగా ఉన్నాయి.

సంగీతంలో లలలా ననినా పరస్పరం వినిమయంగా విని ఉంటారు.

తెలుగు–తెనుగు, ల, న, సంబంధం చెబుతాయి. మూలద్రావిడ ‘ఴ’ వర్ణవిచ్ఛిత్తి వల్ల ళ, డ, ఴ (ర)గా, ళ వర్ణ విచ్ఛిత్తివల్ల నలగా స్వేచ్ఛాప్రవృత్తి వల్ల (DED 4524) నలలు పరస్పర వినిమయం పొందాయి. మునగ–ములగ, చెనగు–చెలగు, జన్మం–జల్మం, నేదు–లేదు గుర్తించినప్పుడు, నల మైత్రి స్పష్టమవుతుంది. యతి ప్రయోగం అంగీకరించాలి.

5. అనునాసిక యతి

1. మకారానికి ంప, ంఫ, ంబ, ంభలతో యతి చెల్లుతుంది.

2. అలాగ్గే మకారానికి ంయ, ంర, ంల, ంవ, ంశ, ంష, ంస, ంహలతో యతి చెల్లుతుంది.
3. బిందుపూర్వకాలు సంయుక్తాలవుతాయి.
   ంయ – మ్య, ంహ – మ్హ – రాతలో బ్రహ్మ. ఇప్పుడు మకారంతో యతి సంయుక్తాక్షర యతిగా కూడా కనిపిస్తుంది.
4. వర్గపంచమాక్షరం తోడి పదాలు సంయుక్తంగా, ఆపైన బిందు పూర్వకాలుగా వ్రాయటం సంప్రదాయమే.
   అఙ్క – అంక, పఞ్చమ–పంచమ, ఖణ్డ – ఖండ, వన్దన – వందన, చమ్పక–చంపక
5. ంట, ంఠ, ండ, ంఢలతో ణకార, నకారాలకు, ంత, ంథ, ంద, ంధలతో నకార, ణకారాలకు యతి చెల్లించారు.
6. ంట, ంఠ, ండ, ంఢలకు ంత, ంథ, ంద, ంధలకు యతి చెల్లించారు.
7. నణల యతి వేయవచ్చు.
8. ఇప్పుడు ప్రతిపాదించే యతి.
   మకారానికి–పూర్ణబిందు పూర్వకమైన అన్ని హల్లులకు యతి వేయటంగా గ్రహించాలి.
9. దీనిమూలంగా అనునాసికాలన్నింటికి యతి వేయవచ్చునని తేలుతుంది.
10. ఇంతకు ముందు లాక్షణికులు ప్రతిపాదించిన అనునాసికాక్షర యతి రెండు అనునాసికాలకే పరిమితం. ఇది ఐదు అనునాసికాలకు వర్తిస్తుంది.

6. అఖండ యతి

ఇది నేను ప్రతిపాదిస్తున్న యతికాదు. ఈ యతిని కొందరు లాక్షిణకులు తిరస్కరించారు. ముఖ్యంగా అప్పకవీంద్రుడు. చాలామంది లాక్షణికులు అఖండ యతిని అంగీకరించారు.

అఖండయతిని అంగీకరిస్తే, అన్ని ఉభయ యతులు చెప్పవలసిన అవసరం తప్పేది.

అఖండ యతిని లాక్షణికులు అందరూ అంగీకరింపవచ్చు. కవులు నిశ్చింతగా ప్రయోగింపవచ్చు. అఖండ యతిని అధమ తరగతి యతిగా భావించవద్దు.

ఈ యతులు అంగీకరించటం పద్యాభివృద్ధికి, సముచిత పరిణామానికి దోహదకారి. ఒకవిధంగా సరళ గ్రాంథికాభివృద్ధికి కూడా ఒక దోహద క్రియ.

ఈ కావ్యంలో ఈ యతి భేదాలన్నీ నేను ప్రయోగించలేదు. ఈ కావ్య రచనా సందర్భంలో ఈ యతులు అన్నీ ప్రయోగించటం సముచితమని మాత్రం అనిపించింది.

7. పూర్ణకుంభం

పూర్ణ కుంభానికి తొలినాటి నుంచి ప్రసిద్ధంగా ఉన్నపదం పూర్ణ ఘట పటం. దీన్ని బర్గెసా మహాశయుడు 1881లో గుర్తించి వ్యాసం వ్రాశాడు. ఆ రచనను హోకట్స్ ప్రచురించాడు. ఇది దాచేపల్లి ముగ్గురాయితో చేయబడినట్లు గాను, 4' x 2"x3' కొలతలు కలిగిన ఫలకంగాను, క్రీ.శ. 2–3 శతాబ్దానికి చెందినట్లుగానూ భావించారు.

1976లో ఆంధ్రరాష్ట్ర ప్రభుత్వం సాంఘిక సంక్షేమ శాఖ పక్షాన హరిజన కాన్ఫరెన్స్ ఏర్పాటు చేసింది. అప్పటి సావనీర్లో ఆచార్య బిరుదురాజు రామరాజు పూర్ణ కలశ ప్రదాత పేరిట వ్రాసిన వ్యాసం ఆసక్తి కలిగించింది. దీన్ని ప్రదానం చేసింది చర్మకారుడని స్పష్టంగా వ్రాయటం సంతోషం కలిగించింది.

డా. సురగాలి తిమోతి జ్ఞానానందకవి 'షెడ్యూలు కులాలు అంటరానివా?' అనే పుస్తకంలో శ్రీ కార్తికేయ శర్మను ఉటంకిస్తూ 'అమరావతీ మహా స్తూపమునకు చర్మకారుడొనర్చిన దానము' పేరిట వ్రాసిన వ్యాసముంది.

డా. చిలుమూరి శ్రీనివాసరావు, 'మాదిగల చరిత్ర–సంస్కృతి' గ్రంథంలో ఈ పూర్ణ ఘట పటం గూర్చి ఇచ్చిన వివరణ ఉంది.

ఆ పూర్ణ ఘట పటం కింద ఉన్న ప్రాకృత శాసనమిది.

వరుస – 1

"సిద్దంచయ కారస నాగఘరియపు తన విధికస
సంఘ తుకస సభయకస సభాతుకస పుతస చనాగస
సమధు తకస సనతిమితా బంధవస దేయదం మ"

వరుస – 2

పుణ ఘట కపచో"

"ఈ ప్రాకృత శాసనానికి అర్థము:

సిద్ధం గృహపతి నాగుని కొడుకు – చర్మకారుడు విధిక – తన తల్లి, భార్య, తమ్ములు, కొడుకు నాగుడు, కూతుళ్ళు, దాయాదులు, స్నేహితులు బంధు వర్గముల దేయ ధర్మముగా ఈ పూర్ణ ఘట పట మును గావించెను.

ఈ పూర్ణ ఘట శిల్పము విలక్షణమైనదే గాక అమరావతీ శిల్ప సంపదకు శోభస్కరమై 'ఆంధ్రుల ప్రాచీన శిల్పశైలి' సర్వమంగళకరముగా నిలిచినది"

(షెడ్యూలు కులాలు అంటరానివా? పుట : 78)

దీనిని ఆంధ్రప్రదేశ్ ప్రభుత్వం రాజలాంఛనంగా గ్రహించింది. సచివాలయంలో దీని నకలు 27.7.2008న ప్రతిష్ఠించారు. అలతిమార్పులతో హైదరాబాదులోని పొట్టి శ్రీరాములు తెలుగు విశ్వవిద్యాలయం దీనిని విశ్వవిద్యాలయ చిహ్నంగా మునుపే స్వీకరించింది.

దీనిని చర్మకారుడు–విధిక దానం చేశాడని, మరొక పశువుల కాపరి కూడా ఒక శిల్పస్తంభమును దానం చేశాడని తెలుస్తూ ఉంది.

ఈ పూర్ణ కలశం శిల్ప సంపదతో విరాజిల్లుతూ ఉందని, అమరావతీ శిల్పరీతికి ఆలవాలంగా ఉందని, ఇది శాతవాహనుల కాలం నాటిదని, బౌద్ధ మత నేపథ్యంతోడి శిల్పమేనని స్పష్టమవుతుంది.

పూర్ణ కలశ ప్రదాత విధిక. అతడి తండ్రి నాగన, అతడి కొడుకు నాగన. భుజంగ రాయుడి తండ్రి నాగన. నాగార్జునుడి కాలం నాటిదీ పూర్ణ కలశం. నాటి చర్మకారుల – నేటి మాదిగల–ప్రాభవం ప్రకటిస్తుందీ పూర్ణకుంభం.

దీనిని ఆంధ్ర ప్రదేశ్ ప్రభుత్వం రాజలాంఛనంగా స్వీకరించటం మాదిగల ఒకనాటి వైభవాన్ని గుర్తించి అంగీకరించినట్లే! నాడు చరిత్ర, మతం, శిల్పం, సంస్కృతి, నాగరికతల నిర్మాతలు మాదిగలు. నాడు వాళ్ళు అభివృద్ధి చెందిన ఆది ఆంధ్రులు. నేడు అభివృద్ధి చెందవలసిన పంచములు దళితులు. నాటి ఔన్నత్యం నుంచి, నేటి పతనానికి, దీని నుంచి పొందుతున్న ఉత్థానానికి, సాక్ష్యం చరిత్ర. ఈ నేల మీద కాలుమోపిన విదేశీయులు, ఇతర ప్రాంతాలవాళ్ళు వశం చేసుకొన్న సంపద, చారిత్రకంగా దోపిడీల వల్ల కోల్పోయిన పంచములదే! నాటి వైభవం, అనంతర కాలంలో దోపిడీల వల్ల, నేటి దయనీయ స్థితికి దిగజారింది. మళ్ళీ పునరుజ్జీవనం జరుగుతుంది.

ఈ పూర్ణ ఘట పటం అమరావతీ స్తూపం మీద చర్మకారుడి దానంగా ఉంది. ఈ స్తూపం క్రీ.పూ. 300 నాడు మొదలై, క్రీ.శ. 300 నాటికి పూర్తయినట్లు చరిత్రకారులు భావిస్తున్నారు. అశోకుడి, శాతవాహనుల, ఇక్ష్వాకుల శాసనాల ఆధారంగా స్తూప కాలనిర్ణయం చేశారు.

ఈ స్తూప నిర్మాణం జరిగే నాటికి ధరణి కోట శాతవాహనుల రాజధాని. శాతవాహనుల సామ్రాజ్యం విశాలంగా వ్యాపించిందని, పాటలీపుత్రం కూడా వీళ్ళ సామ్రాజ్యంలో ఉందని చరిత్రకారులు చెబుతున్నారు.

జైన,బౌద్ధ మతాలను నామరూపాలు లేకుండా చేయటంలో కృతకృత్యులైన వైదిక మతానుయాయులు హిందూమత ప్రాభవం నిలపటానికి క్రీ.శ. 10వ శతాబ్ది కాలంలో అమరేశ్వరాలయం నిర్మింపజేసినట్లు చరిత్రకారుల ఊహ. చరిత్ర పొడుగునా పలువురు పాలకులు దీని జీర్ణోద్ధరణ చేశారు.

ఈ అమరేశ్వరాలయం దగ్గర రాజా వాసిరెడ్డి వేంకటాద్రి నాయుడు కోట నిర్మాణం చేయించాడు. నగరం ఏర్పడింది. అప్పటి నుంచి ప్రజావాసం అమరావతిగా పిలవబడింది. అమరావతి పేరు అమరేశ్వరాలయం ఉండటంతో పాటు, తాను దేవేంద్రుడని, తన రాజధాని అమరావతి అని, తన కొలువు సుధర్మ అని నాయుడు భావించటంవల్ల కూడా స్థిరపడింది. నాయుడి కాలంలో స్తూపం ప్రపంచ దృష్టిని ఆకర్షించింది. మెకంజీ, ఫెర్గుసన్ వంటి ప్రసిద్ధులైన చారిత్రక దృష్టి కలవాళ్ళు ఈ స్తూపాన్ని అమరావతీ స్తూపమన్నారు. ఇది నాయుడి కాలం నుంచి తవ్వకాలకు గురై, శిల్ప కళాఖండాలు, లండను, మద్రాసు, కలకత్తా, మచిలీపట్టణం చేరిపోయాయి. మిగిలినవాటి ప్రాభవం స్థానికుల దుర్వినియోగంవల్ల తగ్గిపోగా శేషమే విశేషంగా ఉంది.

రెండున్నర వేలేళ్ళకు పైగా తెలుగు నేలను పునీతం చేసిన శిల్పసంపదకు పుట్టినిల్లు ఈ స్తూపం.

స్తూపంలోని శిల్పాలు పూర్తిగా బౌద్ధమత సంబంధమైనవి. బుద్ధుడి జననం నుంచి నిర్యాణం దాకా భిన్నదశలను, స్థితులను తెలిపే శిల్పాలతో ఒప్పుతూ ఉంది స్తూపం.

"మహా సాంఘికులకు నాయకుడు మహాదేవభిక్షువు... ఈ బౌద్ధము ఆంధ్ర దేశములో వ్యాపించుటకు మహాదేవ భిక్షువు నాంధ్రమునకు పంపిన అశోకచక్రవర్తి..."

(పుట : 40 మన తెలుగుతల్లి ఆంధ్రప్రభ వారపత్రిక 27.6.62 శ్రీ కొలకలూరి ఇనాక్)

అనంతరం అపరబుద్ధుడు బౌద్ధశాఖా నిర్మాత మాధ్యమిక కారికాకర్త, శూన్యవాద స్థాపకుడు, నాగార్జునాచార్యుడు అమరావతీ స్తూప నిర్మాణంలో విశేష కృషి చేశాడు.

పాతికమంది చారిత్రక దార్శనికులు, చరిత్రకారులు, కళాచరిత్ర కారులు, కలెక్టర్లు, బౌద్ధులు, శిల్ప మార్మికులు గత 250 ఏళ్ల నుంచి స్తూపవిషయంలో అనేక వ్యాసాలు వ్రాశారు.

ఇది ధరణికోట స్తూపం. ఇది నిర్మాణమైన రెండువేల ఏళ్ళకు అమరావతి పుట్టింది. కానీ ఈ శిల్పానికి అమరావతి శిల్పమని, స్తూపానికి అమరావతీ స్తూపమని ప్రసిద్ధిరావటం వెనుక అమరేశ్వరుడి అనుగ్రహమే ఉన్నట్లుంది. ధరణికోట, శాతవాహనుల నాగజాతి ప్రభావం వెనక్కు తగ్గినట్లుగా ఉంది.

బౌద్ధ శిల్ప సౌందర్యంలోని నాగ తేజస్సు గాని, నాగ పూజ గాని, నాగజాతి వైశిష్ట్యంకాని, ఇప్పుడెవరూ వెలికి తీసేట్టుగా కనిపించటం లేదు. భుజంగరాయుడు, అతడి తండ్రి నాగన్న నాగజాతి వైశిష్ట్య దర్శనానికి దోహదం చేశారు. నేటికీ నాగపూజ, నాగ పంచమి జరుగుతున్నాయి.

ప్రపంచం సరిగ్గా మేల్కోని రోజుల్లో మేల్కొన్న నేల తెలుగు గడ్డ. అప్పుడంతా ద్రావిడులే! తరువాతి ద్రావిడ దేశంలోని దేవాలయ శిల్పాలకు మూలరూపాలు అమరావతీ స్తూపం నుంచి, అమరావతీ రీతి నుంచి భిన్న శాఖాభేదాలతో అవతరించాయని చెబుతున్నారు. దక్షిణ భారతదేశమంతా దేవాలయ వాస్తు శిల్ప సామ్రాజ్యం విస్తరించింది.

ఇంత ప్రాచీనమైన అమరావతీ రీతి శిల్పం గ్రీకు నుంచి, గాంధారశిల్పం నుంచి తెలుగువాళ్ళు ఎరువు తెచ్చుకొన్నారని కొందరు భ్రమిస్తుంటారు. కాని వాస్తవం ఈ శిల్ప నైపుణ్యమే ప్రపంచం గ్రహించింది. "This is the most interesting monument of antiquity east of Greece! Without being so enthusiastic as this and giving to Amravati the superiority over Nineveh Jerusalem and the pyramids, one must admit that the marbles are of very great interest".

(PP 166, 167, (Kistna District Manual)

ఈ స్తూపంలో దాదాపు 12000 నుంచి 14000 దాకా శిల్పాలున్నాయి. ఇంత విస్తృత శిల్ప సామ్రాజ్యం ఎక్కడా లేదనుకోవటానికి, ఆంధ్రుడు గర్వపడతాడు. "Except the great frieze at Nakhou Vat in Cambodia, there is not in any other part of the world a mass of sculpture equal in extent to what this must have been when complete" (P 27, Appendix No x 11 of Madras presidency Manual).

నాటి మానవ నాగరికతను సంస్కృతిని ప్రతిబింబించే వస్తువులు, పనిముట్లు, ఆభరణాలు, అలంకరణ రీతుల గూర్చి అత్యద్భుతం కంటే తక్కువ మాటలతో చెప్పలేం. స్త్రీ పురుషుల బొమ్మలు, శరీర సౌందర్యం, ఆకృతుల్లోని రామణీయకం వాళ్ళ హృదయాలను, అనుభూతుల్ని విశేషంగా చూపుతాయి. శిల్పులు మగవాళ్ళు ఎక్కువగా ఉండి ఉంటారు. ఆడవాళ్ళ బొమ్మలు శిల్పించటంలో సౌందర్యం సమస్తం రంగరించారు.

“అమరావతీ స్తూప శిల్పములలోని స్త్రీ చిత్ర రచన అత్యద్భుతమైనది. ఒక స్త్రీ చిత్రమును పోలినదింకొకటి ఎంత వెదికినను కనబడదు"

(పుట : 39. అమరావతి స్తూపము, విజ్ఞాన సర్వస్వము – సంస్కృతి సంపుటం)

'అమరావతి శిల్పంలోని స్త్రీమూర్తులు సజీవస్వరూపాలు. తన్మయ స్వరూపిణులు. అమరావతి శిలావనితలు రాతిలోని గీతాలు..... ఆమెలోని లయ మయపు వంపులు....'

(పుట 27, రసరోచన, సంజీవదేవ్)

చూచి సంజీవదేవ్ తన్మయుడయ్యాడు. ఒక గొప్పచిత్రకారుడికింత తన్మయత్వం కలిగించిన శిల్ప సౌందర్యం తనివి తీరా దర్శించటానికి రెండుకళ్ళు చాలవు.

ఈ శిల్పాలు మానవాతీత శక్తి నిర్మించిందని, దేవతా హస్తం ఉందని కవులు భ్రమించేంత అద్భుత శిల్పరాశి అమరావతీ స్తూపం.

తెలుగు నేలమీదికి వైదికార్యులు రాకపూర్వం, వర్ణవ్యవస్థ లేక పూర్వం, బ్రాహ్మణ ప్రాబల్యం ప్రాకక పూర్వం, క్షత్రియ వైశ్యులు లేనినాడు, రాష్ట్ర కూటులతోడి రెడ్డిరాజులు పాలించకపూర్వం, కాకతీయులతోడి కమ్మ ప్రభువులు పాలించకముందు, శాతవాహనులకు సామంతులుగా ఎరుకల, యానాది, చెంచు, మాల, మాదిగ, కుమ్మరి, కమ్మరి, చాకలి, మంగలి, తెలగ, బలిజ వంటి అనేక వృత్తుల వాళ్ళు, జాతుల వాళ్ళు పాలించిన, జీవించిన ప్రాంతంలో పుట్టిన అమరావతీ స్తూపం ఆంధ్రుల వారసత్వ సంపద. ఇది ఆది ఆంధ్రుల సంపద. ఆదిమవాసుల తెగల సంపద. పైన పేర్కొన్నవి ఇప్పుడు కులాలుగా ప్రసిద్ధం. అప్పుడు కులాలుగా ప్రసిద్ధంకావు. వృత్తులుగా ప్రసిద్ధం. ఆయావృత్తుల వాళ్ళు ఈ నేలను పునీతం చేశారు.

చర్మకారులు, పశువుల కాపరులు (వృత్తిపేర్లే, కులం పేర్లు కావు) అమరావతీ స్తూపానికి శిల్ప శిలాదానం చేయగలిగారంటే వాళ్ళ సంపదను గూర్చి గౌరవం కలుగుతుంది. దానం చేయనిచ్చారంటే నాటి సమాజ జీవన సౌభాగ్యం అర్థమవుతుంది. నాటి ఆది ఆంధ్రులు నేడు అనాథాంధ్రులయ్యారు. ఈ దౌర్భాగ్యానికి చరిత్ర సాక్ష్యం పలుకుతుంది. ఈ నేలమీదికి వచ్చిన భిన్న ప్రాంతాల జనం సంపన్నులుగావటం ఈ నేలమీది ఆదిమవాసులు దారిద్ర్యంతో పతనం కావటం చరిత్ర చేసిన పరాభవం. ఈ పరాభవం, ఇలాగే, ఎల్లకాలం ఉండకూడదు.

8. కావ్యేతివృత్తం

ఈ కావ్యేతివృత్తం ప్రఖ్యాతం కాదు, కల్పితం కాదు, మిశ్రమం . కొంత చరిత్ర, కొంత జానపదం, కొంత కల్పన.

రాజా వాసిరెడ్డి వేంకటాద్రి నాయుడు చారిత్రక పురుషుడు. అతడి ఆజన్మ మరణపర్యంతం ప్రధాన ఘట్టాలు స్పష్టంగా లభిస్తున్నాయి. దీనికి ఆధారం సమకాలీన రచనలు. కావ్యాలు నాయుణ్ణి ఇంద్రుడు చంద్రుడు అంటాయి. కొంత చరిత్ర, కొంత కావ్యదృష్టి కలిసి వేంకటాద్రి నాయుడి చారిత్రక వ్యక్తిత్వం స్పష్టమవుతుంది.

భుజంగరాయుడు చారిత్రక పురుషుడే! రెండు చారిత్రక గ్రంథాలు తప్ప, మరే ఆధారమూ లిఖితంగా లేదు. జానపద గాథలు విశేషంగా ఉన్నాయి. ఈ మౌఖిక సాహిత్యం కూడా మాదిగలలో ఎక్కువగా ఉంది. జానపద గాథలు సహజంగా అద్భుతంగా ఉంటాయి. ఈ అద్భుతం భుజంగరాయుడి జీవితం చుట్టూ వ్యాపించింది. ఇది అసహజమయిన అద్భుతంకాదు. ఆశ్చర్యంగా ఉంటుందే కానీ, అవాస్తవంగా ఉండదు. కల్పిత కులాలు వాస్తవాలై కూర్చున్న దురదృష్ట సమాజంలో అద్భుతాలు కూడా కులాలను చుట్టుముట్టి ప్రవర్తిల్లటం వాస్తవమే! భుజంగరాయుడి జీవితేతివృత్తం చరిత్ర, జానపద గాథలు, కల్పనతో కూడి రూపొందింది.

భుజంగరాయుడి జానపద కథలు మరుగున పడుతున్నాయి. చాలా సంస్కృతులు, నాగరికతలు, సాహిత్యాలు, భాషలు, వాటి సృష్టికర్తల్లాగే, అంతరించినట్లు ఇవీ వీనుమరుగైపోతే ఈ మాత్రం కథలు కూడా మిగలవు. ఈ కావ్యం ఈ కథల్ని కంటి ఎదుట ఉంచుతుంది. గత 250–150 సంవత్సరాల మధ్య కాలంలోని జీవితం చరిత్రగా మిగలకుండా, జానపదంగా తోచి, అదీ అంతరించిపోయే దశకు చేరటం అన్యాయమే. సుప్రసిద్ధమై చారిత్రకమై, ప్రఖ్యాతం కావలసిన జీవితం మిశ్రమం కావటం కంటే దురదృష్టం ఏముంది?

అయితే ఒక ప్రఖ్యాత వృత్తం, మరో మిశ్రవృత్తం కలిస్తే, మూడు వంతులు ప్రఖ్యాతం ఒక వంతు కల్పితం కాబట్టి ప్రఖ్యాతం అనవచ్చా? అనరాదు. పాతిక మిశ్రమంవల్ల, ముప్పాతిక ప్రఖ్యాతం కూడా మిశ్రమంగానే ప్రవర్తిల్లుతుంది.

రాజా వాసిరెడ్డి వేంకటాద్రినాయుడి గుణ గణాలన్నీ ఈ కావ్యంలో రావు. సంస్థానాన్ని నిలబెట్టుకొనే సాహసాలు కానీ, సంసారంలోని ప్రధాన ఘట్టాలు కానీ, ఇతర సంస్థానాధీశులతోడి సంబంధాలు కానీ, నైజాము నవాబుతో, ఈస్టిండియా కంపెనీతో ఆర్థిక పరమైన లావాదేవీలుకానీ, ఈ కావ్య పరిధిలోవి కావు. రాయుడి పట్ల అతడి ఔదార్యం, ఆత్మీయత, సౌజన్యం, పోషణలతో పాటు పంచముల పట్ల అనుకంప, ఆప్యాయత ఇందులో కనిపిస్తాయి.

ఈ కావ్యనాయకుడు భుజంగరాయుడు కాబట్టి, ఇతడు అతడి ఆస్థానంలో భిన్న కార్యాలు నిర్వహించాడు కాబట్టి, ఇద్దరి సంబంధం, అవసరం మేరకు అల్లుకుపోయింది. వీళ్ళిద్దరి అనుబంధం, ఆత్మీయత, అనురాగం జానపదుల దృష్టికోణం నుంచి ప్రతిబింబితమయ్యాయి.

ఈస్టిండియా కంపెనీ వాళ్ళ రికార్డుల్లో నాయుడు కొరకరాని కొయ్య. సమర్థుడే, సాహసే కాని, మొండి, మాట వినని, తిరుగుబాటు సంస్థానాధీశుడు. వంశ చరిత్రల్లో కావ్యాల్లో, మహాత్ముడు, ఇంద్రుడు, చంద్రుడు, దాన ధర్మదాత, సాహితీ ప్రియుడు. మరో విశ్వసనీయ సమాచారంతో సంవదించినప్పుడు మెకంజీ కైఫీయత్తుల సమాచారం సమాదరణీయమే. వీటికి తోడు భుజంగరాయుడితోడి జానపద కథలు. ఈ నాలుగు సమాచారాల క్రోడీకరణంగా వేంకటాద్రినాయుడి జీవితం కావ్యంలో ప్రవర్తిల్లింది.

అయిదు వందలమంది ప్రజాకంటకులైన, దొంగలైన చెంచుల్ని వేంకటాద్రి నాయుడు చంపించాడు. కాబట్టి ప్రజారక్షకుడు. విందుకు పిలిచి చంపించాడు. కాబట్టి యుక్తిపరుడు. సామదానాలతో ఆహ్వానించి అంతం చేశాడు కాబట్టి నమ్మదగనివాడు. దొంగతనాలకు మరణదండన వేశాడు కాబట్టి చండశాసనుడు. ఏ ఆధారంతో ఏ రకంగా నాయుణ్ణి అర్థం చేసుకోవాలి?

ఈ రెండు చారిత్రక పాత్రల వ్యక్తిత్వం చుట్టూ చెంచుల చావుల చిత్రీకరణంలో చేసిన మార్పులతో చరిత్ర పరిధిలో విశిష్ట వ్యక్తుల ప్రాధాన్యాన్ని గుర్తించినట్లే కల్పన జరిగిందని భావించాను.

చదువరులీకావ్యాన్ని ఆదరిస్తారనుకొంటున్నాను. పద్య కావ్యాన్ని కథానికల సంకలనంగానో, నవలగానో చూస్తారనీ అనిపిస్తుంది. నాటకీయతవల్ల, సంభాషణల వల్ల నాటకంగానూ భావిస్తారు. చరిత్రగా చూచేవాళ్ళు ఇద్దరు ప్రేమమూర్తుల్ని గుర్తించి ఆనందిస్తారు. పంచముల శౌర్య పరాక్రమాలు చూచి దళితులు సంతోషిస్తారు. రాయుడి సంసార జీవితం సహృదయులు సరసంగా సంతోషంగా పరికిస్తారు. రాయుడి సామాజిక జీవనదృక్పథం గుర్తిస్తారు. వీళ్ళిద్దరి జీవితాలలో, వదిలించుకోవటానికి వీల్లేని దానిని

అనుభవించటమే మేలన్న సత్యం కనిపించి పాఠకులు ఆశ్చర్యానికి లోనవుతారు.

★★★

నా సాహిత్య సృష్టి సందర్భంగా పూర్వం నా భార్య కీ.శే. కె. భాగీరథితో చర్చించేవాణ్ణి. ఆమె నాకిచ్చిపోయిన పిల్లలతో ఇప్పుడు చర్చించాను.

ఈ కావ్య ప్రణాళిక, చారిత్రక నేపథ్యం మా పెద్ద కొడుకు శ్రీ కె.శ్రీకిరణ్ (విశాఖ స్టీల్ ప్లాంట్, హైదరాబాదు) చర్చించాను. క్షణం తీరిక ఉండని తాను నిద్ర చెడగొట్టుకొని రెండు గంటలు నాతో ఆలోచించి, నెట్ నుంచి కావలసిన సమాచారం డౌన్లోడ్ చేసి ఇచ్చాడు, భార్య శ్రీమతి కె. అనితా సమేతంగా.

మా చిన్న కూతురు డా. కొలకలూరి మధుజ్యోతి (మహిళా యూనివర్శిటీ తిరుపతి) భర్త డా. చిలుమూరి శ్రీనివాసరావు (బి.టి. కాలేజి, మదనపల్లి) సమేతంగా కావ్యం అయిదు అధ్యాయాలు విని, మిగతా కావ్యం ఫోనులో వినిపించమని ఒత్తిడి చేసింది. అల్లుడు వ్రాస్తున్న 'మాదిగల చరిత్ర–సంస్కృతి' నుంచి సమాచారం అందించింది.

మా పెద్దకూతురు కె. ఆశాజ్యోతి (తెలుగు శాఖ, బెంగుళూరు విశ్వవిద్యాలయం) ఉస్మానియా యూనివర్శిటీ పనిమీద వచ్చి కావ్యం అక్కడక్కడా చదివింది. మా చిన్న కొడుకు డా. కొలకలూరి సుమకిరణ్ (యస్వీ యూనివర్శిటీ) ఫోనులో కావ్య ప్రణాళిక విని, 'ఈ కావ్యంవల్ల మీరు కొత్తకోణంలో కనిపిస్తారు నాన్నా' అన్నాడు. నలుగురూ చతుర్ముఖులై ముద్రించమని ప్రోత్సహించారు.

భుజంగ రాయుడి జీవితం కావ్యంగా వ్రాస్తున్నానని తమ్ముడు ఆచార్య జి. కృపాచారికి చెబితే 'పంచె పైకెత్తని భుజంగరాయుడేనా?' అని అడిగి, తాను విన్న జానపద కథలు గుర్తుకు తెచ్చుకొని, పద్యాలు చూచి ఆనందించాడు. తమ్ముడు రెవ. డా.పి.రంజన్ బాబు కూడా 'పంచె ప్రసిద్ధుడేనా?' అని అడిగి, నా సమాధానం విని సంతోషించాడు.

ఆత్మీయులు ఆచార్య కె. ఆనందన్, శ్రీ పాడేటి జాన్సన్లకు కావ్యం కొంత చదివి వినిపించాను. దీని మీద డాక్టరేటు పరిశోధన నేను చేయిస్తానని, డా. ఆనందన్, ఇటువంటి సంప్రదాయ కవిత్వం అన్న వ్రాయటానికి ఇష్టపడతాడని నేననుకోలేదని శ్రీ జాన్సన్ మెచ్చుకొన్నారు.

నా సాహిత్యంమీద పరిశోధన చేయించిన ఆచార్య యన్.యస్.రాజును, తన పి.హెచ్.డి ఛందస్సు గ్రంథం నాకు కావాలని అడిగి నేనీకావ్యం వ్రాశానని చెబితే తనకు చదవటానికి ఈ కావ్యం ఇవ్వమని ప్రేమ చూపించాడు.

అమ్మలేని లోపం తప్ప అన్నీ బాగున్న మీరు, హాయిగా విశ్రాంతి తీసుకోక, ఇంతకాలం సృష్టించిన విశేష సాహిత్యం చాలకనా, ఈ కావ్య రచనకు పూనుకోవటం అనీ, ఇది

వింటుంటే చాలా ఆశ్చర్యంగా ఉందని, మీరు చర్చించే విషయం ఎప్పుడు చదువుకున్నారో అర్థం కావటం లేదని సంతోషం అభివ్యక్తం చేశాడు డా. పి.యల్.శ్రీనివాసరెడ్డి.

డా॥ కత్తి పద్మారావుతో ఫోనులో కావ్య సమాచారం చెబితే, ఆనందించి, నేపథ్య సమాచారం మొత్తం అడిగి, వివరంగా చెప్పించుకొని, ఇంటికి వచ్చి కావ్యం ముద్రణకు ముందే చదువుతానని, ముద్రణ విషయం మీరు ఆలోచించ వద్దని చెప్పాడు. డా.కె. ఆనందరావు కావ్యం కొంత విని, 'ఇది విశేష కావ్యం' అన్నాడు.

కావ్యానికింకా పేరుపెట్టలేదంటే సాంప్రదాయికంగా ఉండే చాలా పేర్లు వ్రాసి ఇచ్చిన డా. యం. బుద్ధన్నతో నాకు మంచి పేరు తట్టిందని చెప్పాను. ఆచార్య రాచపాళెం చంద్రశేఖరరెడ్డి, డా. వి. పోతన్న కావ్య విషయం చెబితే సంతోషించారు.

ఆత్మీయుల అభినందనలు, ఆనందాలు, ప్రోత్సాహాలు నన్ను ముద్రణకు పురికొల్పాయి.

ఫైనల్ ప్రూఫు చూచి తమ్ముడు శ్రీ పాలపర్తి వేణుగోపాల్, రిటైర్డ్ ప్రిన్సిపాల్, ఆం.ప్ర. ప్రభుత్వ కళాశాల, బంటుమిల్లి; ఆత్మీయుడు ఆచార్య యన్.యస్.రాజు తెలుగు ప్రొఫెసర్, కేంద్రీయ విశ్వవిద్యాలయం, హైదరాబాదు; నా శిష్యుడు ఆచార్య యం. బుద్ధన్న, తెలుగు ప్రొఫెసర్, శ్రీకృష్ణదేవరాయ విశ్వవిద్యాలయం, అనంతపురం, విలువైన సూచనలు చేశారు.

9. సంకల్పం

డా. అంగలకుర్తి విద్యాసాగర్, ఐ.ఏ.యస్. "దీన్ని పద్యకావ్యంగా ఎందుకు వ్రాయవలసి వచ్చింది" అని అడిగితే ఏదో ఒక సమాధానం చెప్పటం కోసం, "నేను కూడా పద్యకావ్యం వ్రాయగలనని సహృదయులు అనుకోవటం కోసం" అన్నాను. "నేన్నమ్మను, మీరు పద్యకావ్యం వ్రాయలేరని ఎవరంటారు?" అంటే, మళ్ళీ ఉబుసుపోక "దళిత పద్యకావ్యం వ్రాద్దామని వ్రాశాను" అన్నాను. నమ్మనట్లు చూస్తుంటే మళ్ళీ చెప్పాను. "సమకాలీన జీవితం, నవలగా, కథానికగా, నాటకంగా ఉన్నంత బాగా పద్యకవిత్వంగా ఉండదని, వచన కవిత్వంలో జీవన సత్యం సారాంశం నిబిడమైనట్లుగా కథా కావ్యం ఇమడదని, చారిత్రక, జానపద కథా సూత్రం వచన కవితలో ఇమడదని, అన్ని ప్రక్రియలు వశమైన వాళ్ళకు, ఏ వస్తువు ఏ ప్రక్రియకు అర్హంగా ఉంటుందో, అర్థమవుతుంది కాబట్టి, పద్యం ఈ కథావస్తువుకు తగిందని భావించాను కాబట్టి, పద్యకావ్యంగా వ్రాశాను" అన్నాను. "ఎవరు చదువుతారు?" అంటే, "ఎక్కడో తప్ప ఆడపిల్లలందరికీ పెళ్ళిళ్ళు జరుగుతూనే ఉన్నాయి" అన్నాను. "అంటే?" అని ఆశ్చర్యంగా చూస్తే "ఏ రచనకు తగిన సహృదయ పాఠకులు ఆ రచనలకుంటారు" అన్నాను. "పద్యకావ్యం కావటంవల్ల చేరవలసినవాళ్లకు చేరకుండా పోయే ప్రమాదముందికదా" అంటే "ఎవర్ని గురించి రాస్తామో, వాళ్ళు చాలా సందర్భాలలో చదవలేరు,చదివినా ఎంత అర్థంకావాలో, అంత అర్థం చేసుకొనే సమయం ఉండదు. ఎవర్ని గురించి వ్రాయమో వాళ్ళకు బాగా అర్థమవుతుంది. ఏమి అర్థంకాకూడదో అది అన్నింటి కంటే ముందుగా అర్థమవుతుంది. ఏది అవాంతరం కాకూడదో అది అవాంతరమయి కూర్చుంటుంది." అన్నాను. తాను నా ముఖంలోకి దీక్షగా చూచి నవ్వినప్పుడు నాకు తృప్తి కలిగింది.

నేను ఏ విషయం, ఎవర్ని గురించి వ్రాసినా, తెలుగువాళ్ళందరి కోసం వ్రాస్తాను. రచయితలు ఏదో ఒక వస్తువు, ఇతివృత్తం, గ్రహించి సాహిత్యం సృష్టిస్తారు. నాకు తెలిసిన జీవితం, ఇష్టమయిన జీవితం గురించి నేను వ్రాస్తాను. అది దళిత జీవితమన్నా, దళిత సాహిత్యమన్నా సంతోషమే! వాస్తవం మాత్రం, నాకు తెలిసిన జీవితం, నేను సాహిత్యీకరిస్తాను. నేను ఒక వర్గం కోసం, వర్ణం కోసం వ్రాశానని చాలా మంది అంటుంటారు. అలాంటప్పుడు ఈ వర్గ, వర్ణ సంబంధంలేని వాళ్ళు ఈ సాహిత్యం గ్రహించి,

వీళ్ళను అర్థం చేసుకోవాలని, ఆశిస్తాను. నేనేసమస్యల నయినా, నా సాహిత్యం ద్వారా పైకి తెస్తే వాటిని గూర్చి అందరూ ఆలోచించాలని, సమస్యలతో సతమతమవుతున్న వాళ్ళు సమస్యల ఊబిలో నుంచి వెలుపలికి వచ్చే ప్రయత్నం చేయాలని, సమస్యలు అర్థం చేసుకొన్నవాళ్ళు, మునుగుతున్నవాళ్ళకు చేయూతనిచ్చి ఆదుకొని ఒడ్డుకు చేర్చాలని ఆశిస్తాను. సాహిత్యం ఆనందం కోసమో, కాలక్షేపం కోసమో కాక, సాంఘిక చర్యకు మార్గం ఏర్పరచాలని, ఎత్తుపల్లాలు పూడ్చటానికి తోవ చూపించాలని నమ్ముతాను.

ఈ నా సాహిత్యం ఎందరు చదువుతారు? ఎందరయినా సరే! ఎందరు ఆలోచిస్తారు? కొందరైనా సరే! ఎందరు చర్యోన్ముఖులు అవుతారు? కొద్దిమందే అయినా సరే! దళిత జీవిత అభ్యుదయం దళితుల ఆలోచన, ఆచరణల మీద ఎంతగా ఆధారపడి ఉందో, దళితేతరుల ఆలోచన, ఆచరణ, పరిష్కారాల మీదా అంతగా ఆధారపడి ఉంది.

ఈ మన సమాజంలో మనం అందరం కలిసి జీవించాలి. అభివృద్ధి చెందిన అందరితో సమంగా జీవించే స్థాయి, అణగారిన వర్గాలన్నింటికి రావాలి.వర్ణ శత్రువూ ఉంటాడు. వర్గ శత్రువూ ఉంటాడు. పరస్పర శత్రుత్వమూ ఉంటుంది. ఈ ఊరికి ఆ ఊరెంతో, ఆ ఊరికి ఈ ఊరూ అంతే! వాళ్ళు వీళ్లను, వీళ్ళు వాళ్ళను శత్రువులంటారు. వింటారు. పరస్పరం కలహించుకొంటారు. దీనికి అంతం ఉండదు. ఇది అంతం కాదు. అనంతంగా పెరుగుతుంది. వీళ్ళు పరస్పరం దోచుకొంటారు. దోచుకొనే అవకాశం ఇవ్వటంలో, దోపిడికి అవకాశం సంపాదించుకోవటంలో అసలు కిటుకు దాగి ఉంది. నువ్వు అవకాశం ఇవ్వకపోతే నిన్నెవ్వడూ దోచుకోలేడు. ఇవ్వటం నీ బలహీనత. ఇవ్వకపోయినా వాడు అవకాశం కైవసం చేసుకొని దోచుకొంటాడు. నువ్వు మౌనంగా అంగీకరిస్తావు. అంగీకరించకపోతే దోచుకోలేడు. అంబానీల అయ్యదగ్గర మనం డబ్బు షేర్లుగా చేసుకొని ఉండకపోతే, వాళ్ళు దోపిడీ కొనసాగించి సంపన్నులయ్యేవాళ్ళు కారు. ఈ సంపన్నులే దేశ రాజకీయ చక్రం తిప్పుతూ ఉంది. వీళ్ళు బయటకు కనబడరు. వీళ్ళను సంపన్నుల్ని కానిచ్చింది మనం. మనం పేదలమయ్యాం. వాళ్ళను ఉన్నత వర్గాల, వర్ణాల వాళ్ళను చేసి, ఏమీలేని వర్ణాల, వర్గాలవాళ్ళుగా మారిపోయాం. వాళ్ళు కొడతారు, తిడతారు, జెయిళ్ళలో పెడతారు, పరాభవిస్తారు, ప్రాణాలు తీస్తారు, మనం అంగీకరిస్తాం. నిద్రపోయినంత కాలం, మాన, ప్రాణ, ధన, ఆత్మగౌరవ హాని జరుగుతూనే ఉంటుంది. 'ఇనుడు మేల్కొనుటెప్పుడో! వెలుగెంత దూరము నున్నదో'. మనం మేల్కొంటే రాజకీయుల కోట బురుజులు నేలగూలతాయి. మనం మేల్కొనాలి.

మనం మేల్కొనాలంటే ఏకం కావాలి. ఏకమవ్వాలంటే తెలివితేటలు పెరగాలి. చదుసంధ్యలు కావాలి. పుస్తకాలతో పాటు లోకాన్ని చదవాలి. లోకాధ్యయనం కావాలి. లోకశాస్త్ర కావ్యాద్యవేక్షణం కలగాలి. మనుష్యుల్లో చదువుంది. సంఘంలో చదువుంది.

మానవ సంబంధాలలో పెద్ద చదువుంది. సామాజిక పరివర్తనలో ఉంది. కళ్ళుండాలి. చూపుండాలి. లోచూపుండాలి. నిద్ర కాదు, మత్తు కాదు, మెలకువ కావాలి.

అతడి అవసరం నీకెంత ఉందో, నీ అవసరం అతడికంత ఉంది. నువ్వు అవసరానికి ఉపయోగపడేవాడివి కావాలి. అవసరాలు తీరటం మీదే మానవ సంబంధాలు ఆధారపడి ఉన్నాయి.

నీ అవసరం అతడికి కావలసి రావాలంటే నీకేదో అర్హత ఉండాలి. అప్పనంగా అవసరాలు ఏర్పడవు, తీరవు. నువ్వు నీ అర్హత సంపాదించుకోవాలి. నీకొక శక్తి ఉంటే నువ్వు అందరికీ కావలసినవాడివి అవుతావు. అప్పుడు నీ అవసరాలు నిస్సంకోచంగా నెరవేరతాయి. నీ అవసరాలు తీరటం నీ అర్హత మీద ఆధారపడి ఉంటుంది. నువ్వేం ఇవ్వగలవో అవి ఇస్తావు. నువ్వేం తీసుకోవటానికి యోగ్యుడివో అవి తీసుకొంటావు. నిన్నెవరూ ఆపలేరు.

ఇవ్వకుండా తీసుకోబోయినా, ఇచ్చిన దానికంటే ఎక్కువ తీసుకోబోయినా పేచీ వస్తుంది. తగాదా అవుతుంది. ఘర్షణలు జరుగుతాయి. అశాంతి మొలుస్తుంది. హత్యలు పెరుగుతాయి. చావులు ఫలిస్తాయి. నెత్తి మీద బొచ్చు ఉన్నవాడికి ఊడుతుంది. రాలుతుంది. కూలుతుంది. ఏమీలేని వాళ్ళకు ఊడేవి లేవు. కూలేవి లేవు.

దళితులు ప్రేమ స్వరూపులు, చుట్టూ ఉన్న సమాజాన్ని ప్రేమిస్తారు. తమ కోసమే దళితేతరుల్ని ప్రేమిస్తారు. దళితేతరులు సుఖంగా ఉంటారు, దళితుల్ని కష్టపెట్టకపోతే ఎల్లకాలం తిట్లు, తన్నులు తింటూ కడుపు మాడ్చుకొని ఎంతో కాలం పడి ఉండమని దళితులకు ఎవరూ చెప్పరు. వర్గ శత్రువూ చెప్పడు. వర్ణ శత్రువూ చెప్పడు. మంచి చెబితే వింటాడు. చెడు చెబితే వినడు. ఏది వింటావో, ఏది వినవో, ఏది చేస్తావో, ఏది చేయవో, ఏది ఆలోచిస్తావో, ఏది ఆలోచించవో, ఏది అంగీకరిస్తావో, ఏది తిరస్కరిస్తావో అవతలివాడికి తెలిస్తే నీ జోలికెవడూ రాడు. నువ్వెవడి జోలికి పోవు. నువ్వు సుఖంగా, అతడు సుఖంగా సమాజం సంతోషంగా ఉండటం ఖాయం.

బలహీనుల్ని బలవంతుల్ని కానీయమని, పరిణామం చెందనీయమని చెప్పటానికీ, బలం తక్కువగా ఉన్న సోదరులారా బలవంతులు కండి, కృషి చేయండి, సాధించండి, సమర్థులు కండి అనటానికీ, దళితేతరులకు, దళితులకు అవగాహన పెరగాలని ఆశిస్తూ రాస్తాను.

తిట్టి, కొట్టి చచ్చేది ఒక పద్ధతి, తిట్టక, కొట్టక, జీవించేది ఒక పద్ధతి, తిట్టించుకోక కొట్టించుకోక బ్రతికేది మరో పద్ధతి, లొంగక, వంగక, నిటారుగా, నిక్కచ్చిగా నిలిచేది ఇంకో పద్ధతి. ఏ పద్ధతి కావాలి? లోకం ఆలోచించుకోవాలి. మంచిమార్గం, అనుకూలమార్గం, వినూతన మార్గం ఎన్నుకోవాలి. ఏం చేయాలన్నా తోవ మీ చేతుల్లో

ఉంది. సృష్టించి విశిష్ట సమాజ నిర్మాతలు అవుతారో, ధ్వంసం చేసి, విధ్వంసకులై, పునఃస్సృష్టి చేస్తారో, మీయిష్టం. మీ చేతుల్లో ఉంది. కృషి! కృషి! కృషి!

రాజ ప్రతినిధి మహామనీషి భుజంగరాయుడు, రాజా వాసిరెడ్డి వేంకటాద్రి నాయుడు ఏంచేసినందువల్ల మనం వాళ్ళను స్మరిస్తున్నామో గమనించండి. మీరు రాయుడవుతారో, నాయుడవుతారో పరీక్షించుకోండి.

మీకు సాహిత్యంలోనే కాదు, సమాజంలో కూడా ఒక లక్ష్యం ఉంది. మీ లక్ష్యం సిద్ధిస్తుంది.

శుభాకాంక్షలతో

మీ

(కొలకలూరి ఇనాక్)

31.7.2008

1. బాల్యము

శ్రీకర శివదేవుడు, మహి
మాకర జిన బుద్ధ విష్ణు మౌని జనమ్ముల్,
ధీకర మహమ్మద్ క్రీస్తులు,
నాకమ్మీగా ప్రశాంతి నందింతు రిలన్. 1

మును త్రిలోచన పల్లవుని శక్తి ముక్కంటి
యగుచు సజ్జనుల కాపాడునాడు
జైన జీవన సత్త్వ చైతన్య రశ్మి రే
ఖువు నేల జలకాల నూగునాడు
స్తవనీయ బౌద్ధమ్ము శరణమ్ము 'గచ్ఛామి'
రుతమెల్ల దిశలమార్మోగునాడు
వేదఘోషాస్వరా మోద పక్షులు రెక్క
లల్లార్చి గగనమ్ము నదుము నాడు

ఆంధ్ర సామ్రాజ్య లక్ష్మీ విహార భూమి
దయను శాంత్యహింసల నిచ్చు తత్త్వభూమి
పరమ రత్నరాశులు పండు వజ్రభూమి
ధాన్య కటకమ్ము సుస్థిర ధర్మభూమి 2

భిక్షాటక తండమ్ములు
శిక్షాత్మకములయి హోమశిఖలన్ వ్రేల్చన్
రక్షావసరులు నాగులు
దక్షిణ దిగ్దేశ యాత్ర తరలిరి చేయన్. 3

నాగులు ద్రావిడు లనుజులు
త్యాగులు యోగులు రసికులు ధార్మిక దక్షుల్
భోగులు సుఖులాశ్రితులై
రాగా నవధర్మభూమి రంజిలిరెలమిన్ 4

విశ్వ విస్తృత ధర్మ పీఠమే స్తూపమ్ము
మహదేవు పుణ్యమై మసలు నాడు
స్తూప సంరక్షణాస్తోక బాహిరవేది
నాగార్జునుడు శిలల్ నాటునాడు
రెడ్డి వేముని కీర్తి రెపరెపల్ వినిపించి
ఇల మరామత్తు చేయించునాడు
శ్రీకృష్ణ దేవరాట్ శిలసృష్టి నర్తింప
ప్రాకార నిర్మితిం బరగునాడు

వసుధ నమరావతీ స్తూప వైభవమ్ము
మూడు వేలేండ్ల పుడమి ముమ్మూర్తులాడె
శైవ జైన బౌద్ధ మతముల్ జయలు కొట్ట
పెరిగె ధనధాన్య కటకమ్ము ధరణికోట 5

కోహినూర్ వజ్రమ్ము కొళ్ళూరు దయనీయ
పాలింప ఘన కిరీటాల కెక్కె
కోటి వైడూర్యముల్ కులికించు కొడవటి
గల్లు గొంతెత్తి రాగాలు పాడె
నవరత్న దీప్తులు ననలెత్త పరిటాల
మాణిక్య రాశులై మమత పూచె
వజ్రాల దిన్నె సంపద నమరావతీ
ఖ్యాతి నర్తించి విక్రాంతి మించె

ప్రజల కృషి భూమి పండింప వానలురల
శిలలు నర్తింపగా కృష్ణ యలలు పాడ
గనుల మణులు దరువువేయ కళలు చింద
ధరణి కోట కాంతులు చిమ్ము ధాత్రియయ్యె 6

ధరణి కోట కనుల తళతళల్ దోగాడ
కొండవీడు పలుకు, కొండపల్లి
వెలుగు, చింతపల్లి పిలుచు, గుడిచలించు
కెరలి కృష్ణ గుండె కేక పెట్టు 7

ధరణి కోట యన్న దానధర్మపతాక
పడుచు ప్రేమ జంట పంట భూమి
శౌర్య కీల నింగి సూర్య కాంతిని కడ్గి
వెలుగు రేఖ పంచు వీరధాత్రి 8

ధరలో నీయమరావతీ నగర
సౌందర్యాత్మరేఖా ప్రభల్
గిరికీల్ గా, నమరేశ్వరుండు గుడి
లోకేశుండు సౌభాగ్యముల్
సిరులీగా, వెలుగొందినారు జగతిన్
శ్రీల్మించ భక్తుల్ దయా
పరులై, జీవన దాతలై, దివిజ
సంపత్ ప్రాప్తిమై రంజిలన్ 9

శ్రీ పర్వత విద్యావిధి
శ్రీ పరమై, బౌద్ధమై, విశేష సుఖదమై
దీపితమై, హైందవమై
చూపించెను జాతివెల్గు శుభమై, సుధయై 10

రాముడు, శివుడును, బుద్ధుడు
ప్రేమించిన నేలయిద్ధి, క్రీస్తు మహమద్
పామరుల బ్రతుకు వెలుగుల
సముదాయించిన జగమిది సమమై శివమై 11

త్యాగాత్ముల్, తరియించు భూపతులు,
బుద్ధ ప్రాణ నాగార్జునో
ద్యాగాప్తుల్, విజయ ప్రజావళులు,
బౌద్ధారామ చైతన్యమై
నాగాత్మన్ నిలుపన్ తపించిరిట
కృష్ణా వాహినీ భాగ్యమై
రాగాశాలతలూగ, సైనికుల
శౌర్యాగ్నుల్ విజృంభింపగన్ 12

కోయన కావ్య కోకిలలు
కూతల రంజిలు రమ్య వాటిలో
మాయని ప్రేమ పెన్నిధుల
మాధురి చేతల కూర్మి వీటిలో
రాయన వచ్చు కృష్ణ జల
రాశులు పెంచిన పంటచేలలో
శ్రీయమరావతీ శిలలు
చిందులు ద్రొక్కుచు నాట్యమాడెడిన్ 13

తలయిచ్చుటొ, తలదెచ్చుటొ,
తలవంచక నిలుచుటొ, సమధర్మగతులిలన్
దెలుపుటొ, వీర రసాంజలి
పిలుచుటొ, విధియని తలంత్రుపేర్మిన్ జనులున్ 14

తుప్పుం బట్టిన కత్తి డాలులు జగా
దూలాన వేలాడగా
గొప్పల్ చెప్పెడు గజ్జె ఘోషలిట దీ
గూటన్ వినిద్రించగా
తిప్పల్ దప్పని తోలు లంగొటి సదా
తేజమ్ము ధూళింపగా
చెప్పుల్ గుట్టు నటుండు యోద్ధ మలుడున్
చీకాకు రానీయకన్ 15

చెదలు దిను తాళ పత్రాలు హృదులు దులిపి
గ్రంథి చెడకుండ ముడివేసి కలత దీరి
పాప ముకు మూతి సవరించి పంపినట్లు
మచ్చు పై బెట్టు నాగన్న మమతచింద 16

ఆ మహాత్ముండు కులవృత్తి నాశ్రయింప
చీకు చింతలు లేనిదే జీవనమ్ము
పిల్ల పాపల బెంచెడు చల్లనయ్య
పేదరికము వీరుల సృష్టి పెంచు నిజము 17

అతని కడగొట్టు కొడుకు ప్రేమాక్షరమ్ము
"తండ్రి!" యని తండ్రి పిలువంగ "తండ్రి"యంచు
తనివి తీరంగ దరిచేరు తనయుడుండ
పంచె యూడు తండ్రిది కదా పరమ తృప్తి. 18

కుట్టిన చెప్పుల పైబడి
తట్టిన నిద్రను వరించి తనయుడు వెలుగన్
ముట్టిన ఎండకు పడగను
పట్టిన పాముగని తండ్రి పరవశుడయ్యెన్ 19

నవ్వు పువ్వులిచ్చు నాజూకు దొరజేర
పాపరేడువచ్చి పడగబట్టి
భక్తి తోడ నిలచి ప్రణమిల్లగా జూచి
పొంగిపోయి భక్తి పొందినారు 20

బుడిబుడి నడకలటునిటు బడుచు నడచు
తప్పటడుగుల తనముద్దు తనయు ఠీవి
తనివి తీరంగ దరిసించు తల్లి మనసు
కనుల కొనలలో స్వర్గాలు కనికరించు 21

నాగజాతి జనులు, నాగార్జునాన్వయుల్
నాగపూజ సలుపు నాట్య రతులు
కూర్మి మీర బుడుతకు భుజంగరాయుడన్
పేరు, నాగులేట, బెట్టి నారు 22

కత్తియ ఘంటమ యేదని
బిత్తరపడి బంధు గణము భీతిల్లంగా
కత్తిని ఘంటము సమముగ
చిత్తము చిగురింప తిప్పి చింతలు దీర్చెన్ 23

ఇంటి పనులందు తండ్రి వెన్నంటి యుండి
సాయమొనరించు పసికూన స్వాంతమందు
దించి శుభ్రించి మచ్చుపై నుంచు తాళ
పత్ర రసభావ రాశితో మైత్రి పెరిగె. 24

ఓనమాల తోనె ఒక్కొక్క జలరాశి
నీత గొట్టు కోర్కె యినుమడించి
తండ్రి నాల్క నెక్కి తనయుండు తరియించె
పిలుచు తాళపత్ర జలధులెల్ల 25

★★★

2. చైతన్యము

ఆతని కాట పాటలగు
నాగని చిందులు గానకృష్ణలే!
ఆతని కత్తి డాలు కల
హాసము వెన్నెల వాగువంకలే!
ఆతని ఘంటమున్ నుడుల
ఆత్మ విముక్తికి మంత్ర దండమే!
ఆతని నవ్వు వాణి రస
యామిని కాలము కీలు ద్రిప్పెడిన్ 26

ఇతిహాస వాఙ్మ య గతివారిధిన్ నేయు
నిలువీతల గజీత నేతగాడు
వేద శాస్త్ర పురాణ విపుల గీర్వాణంబు
పుడిసి పుక్కిట బట్టు పడుచువాడు
సంగీత గంగా తరంగ వేదికల పై
మోటు పాటల పెద్ద పీటవాడు
భరత నాట్యాచార్య శిరసా వహింపంగ
శివము చిందులు ద్రొక్కు చిన్నవాడు.

తప్పెటను కొట్టెనా గుండె దద్దరిల్లు
గజ్జె కట్టెనా భూమాత కాళ్ళ నొత్తు
ఘంట మెత్తెనా బ్రహ్మాంఘ్రి కడియమిచ్చు
కత్తి తిప్పెనా పగతుర నెత్తి పగులు 27

రాయుడు కత్తి దిప్పసరి
రాజులు మృత్తును కౌగిలింత్రు, సా
పాయము తిక్కబట్టి యరి
పక్షులు గుంపులు గట్టి కూలెడిన్,
రాయుడు ఘంటమెత్త రస
రాజ్యము చేతులు మోడ్చినిల్చు, నీ
న్యాయపు కామధేనువులు
యాతన దీరెడి క్షీరమిచ్చెడిన్ 28

రోజులు సంధ్యావందన
తేజమునిడ, నైష్ఠికతయు దీప్తి చెలంగున్
పూజా పూర్వక విధులై
రాజసముట్టిపడ శైవరాయుడు వెలుగున్ 29

మిన్నుతాకంగ పొడవైన మేను కదలి
మన్ను రేగంగ నడువ సంపన్న మాయె
చందమామను తలదన్ను నందగాడు
సూర్య కిరణమ్ము నాడించు సూక్ష్మశరము 30

కుస్తీల్ పట్టుట, బస్కీల్
గస్తీల్ దిరుగుటలు, సాము గరిడీల్ చేయన్
పస్తులనకుండ రాయుడు
నిస్తుల కృషిని విధిరాత నిలిపెను ఘనుడై 31

ఇసుకను దుమ్మును ధూళిని
విసరెడు వానల బురదను, పిలిచెడి నేలన్
కసరెడి ఎండను రాయుడు
కొసరి కొసరి ప్రేమలతల కోరుచు పెంచున్ 32

ధరణికోట దుమ్ము తలమీద చలుకొన్న
కృష్ణ నీటి యలలు గింజుకొనును
ధరణి కోట నవులు తనపైన తళతళల్
సృష్టి చేయ కృష్ణ యిష్ట పడును 33

బఱ్ఱెలు పడ్డలు కుఱ్ఱలు
గొఱ్ఱెలు మేకలు సలుగులు కోళ్ళుం గుక్కల్
అఱ్ఱిచ్చు నెడ్లు దున్నలు
మిఱ్ఱుగ మిన్నేల, దొడ్లు మెరుపులు మెరయున్ 34

నెమలి దొరగారి పురిజూచి నేస్తమనియె
పిచుక పిల్లల కిచకిచల్ పిలుపులనియె
చిలుక గోర్వంక స్నేహాలు స్థిరములనియె
పక్షి రెక్కలే తన పక్ష రక్షలనియె 35

పురిలో నాటల పాటలం దిరుగు
సంపూర్ణ స్వతంత్రుండునౌ
నెరసున్, కోకిల గాన వార్ధి నిడగా
నిత్యంబు గొంతెత్తుచున్
తిరుగాడన్, పలుగాకి గుంపులు సదా
దీవించు నాకాంక్షతో
చెరలాడన్, నలుపే పునీతమనుచున్
చేరంగ భావించెడిన్. 36

"ముత్తాత రాయల చిత్తాన నివసించి
సేనానిగా కొల్వు చేసినాడు
పెదతాత కొండవీడ్ పేరెన్నికనుగన్న
మంత్రీశ్వరుండుగా మసలినాడు
చినతాత కందవోల్ జెండాలు మిన్నంటి
మించు కీర్తులు ప్రతిష్ఠించినాడు
పినతాత ఘంటమ్ము నవలెత్త కావ్యప్ర
సూనాల పరిమళాల్ నానినాడు.

ఇందరిన్ని పదవులింత ఖ్యాతిగ జేయ
నేమి చేయ నీవు నెంచినా" వ
టంచుతల్లి సతత మారాలు తీయంగ
నేల చూచు, చూచు నింగివైపు 37

పుడమికి బిడ్డ పుట్టి విను
భూమికి చేతులు చాచినట్లు, కా
రడవికి రెక్కలేచి మిను
రాణికి రంగుల నద్దినట్లు, నేల్
పడతికి చూపు మొల్చి సిగ
పాపిట నింగికి పాకినట్లు, తా
నడిగెడు ప్రేమ కోర్కెలకు
నాతని చిత్తము మిన్ను తాకెడిన్. 38

★★★

3. పరాక్రమము

పసుల డవుల మేతకు బోవు బాటపైన
వేరు కుశ దర్భలేరు పూజారులుండ
కొమ్ము తగిలెనో కాల్జార కొమ్మ పడెనొ
బ్రహ్మవేత్త నుదుట నల్ల పండు పగిలె. 39

తొలిపొద్దు వెలుగు బాలలు దివ్వెముట్టించు
దివ్య ప్రభారాశి దీప్తులనగ
చలిగాలి పిల తెమ్మెరల పాట వినిపించు
శ్రావ్య సంగీత సామ్రాజ్యమనగ
బొద్దు గోసిన శిలల్ పురుటింటి శిల్పాలు
నర్తించు సరికొత్త నాట్యమనగ
చెట్టు జుట్టుల గుది గట్ట పుట్టు స్వరాళి
వేదఘోషోద్భూత నాదమనగ

దివ్య తేజుండు హాసుండు దీప్తముఖుడు
సుందరాకారుడు సుబుద్ధి సుస్వనుండు
దీర్ఘ బాహు బలుడు నిత్య తీవ్ర శాంతు
డడవి మధ్యమ్మున గగనమ్మట్లు నడచె 40

బ్రాహ్మణ యువకుల్ కుపితులై రాళ్ళ గొట్టి
కర్రలన్ బాది పసివాండ్ర గాయ పరుప
అడవి నడిమధ్య వేదాధ్యయనము చేయు
రాయు డడ్డు పడి గలాటలాపుచేసె. 41

"మాదిగ వాడా! నీకా
వాదము మాతో తొలంగి పరుగున పోపో!
కాదని యెదురాడిన నీ
వేదము చదివెడి గళమును బ్రేలుంజుమీ" 42

"వేదము చదివిన గొంతుల,
నాదమరచి విను చెవుల ప్రహారము చేయం
గాదుర! సీసము పోయగ
రాదుర! కాల పరిణామ రాజ్యము కనరా!" 43

అంచు సాంత్వనమ్ములందజేయుచునుండ
వినెడు వాడు లేదు కనగరాదు
చెవుల దూదినిడిన చేరునా చెప్పుటల్?
కనులు మూసి కొనిన కనుట కలద? 44

కులము వరమంచు తెగనీల్గు కుర్రకారు
ముట్టి నావేల మమ్మంచు ముసురుకొనిరి
కులము శాపమ్మనెడు చింత గుములుచున్న
గొడ్డకాడ బుడ్డోళ్ళు గగ్గోలు పడిరి 45

చర్మకారు లిచట కర్మకారులచట
రాళ్ళు కర్రలూని రగిలిపోవ
అడవి కాలిపోవు పుడమి మాడుచునుండు
పసులమేత సున్న పండ్లు హుళకి. 46

పశువుల్ గడ్డిని గాదమున్ దినియు
శుభ్ర క్షీర ధారావళిన్
వ్యశనం బిచ్చెడి తల్లులేకద
మనుష్యాళిన్ సురక్షింపగన్,
కుశలున్ దర్భలు దెచ్చు బ్రహ్మతనయుల్
గొౖరెల్ బరెల్ మందలన్
కుశల ప్రేమన మేపు కాపరులు
ప్రాగ్బుద్ధిన్ సుసమ్మాన్యులే! 47

అక్కడ వారల నక్కడ
ఇక్కడ వారల నిట వలపించుచు నాపన్
చిక్కులు రాగా నిరుదరు
లిక్కటు పడ రాయుడు ముడులిడి బంధించెన్ 48

★★★

4. ఆశయము

చింతపల్లి రాజ చిత్ర ప్రతాపంబు
దేశ నుతులు పొంది తేజరిల్లె
ధరణికోట శిల్పతాదాత్మ్య సౌందర్య
దీప్తి విశ్వకళల దీపమాయె. 49

ఉడుగని వాసిరెడ్డి గృహ
ముస్నత విజ్ఞుడు వేంకటాద్రి నా
యుడు తన కీర్తి చంద్రికల
యూధము దిక్కుల వెల్గుచుండగా
కడురమణీయ శోభ జన
కామితమై లతలూగ పూల సం
దడి దివి చంద్రు దాక చను
ధర్మ పరీమళ కీర్తి రూపమై 50

చీకటింట చరించు చింతవంతలు దీర్ప
మించు దీపాలు ముట్టించువాడు
డొక్కలోపల నగ్ని డోల్ కట్టి జ్వలియింప
అశనాంబువుల మంటలార్పువాడు
కులదుష్ట దుర్మార్గ కుటిలబాహాబాహి
దిట్టి కొట్లాట పోగొట్టువాడు.
అతివాదకుల బుర్ర గతిలేని నృత్యాలు
కనలేక తెరదించి కదలువాడు

వేంకటాద్రి నాయుడు ప్రజా సంకటములు
తీర్చు ధర్మప్రభువు సత్యదీప్తియుతుడు
కాంతి సూర్యుడున్న ఇరుల చింతలేదు
ప్రేమ నది పొంగ చెడులంక పెరుగలేదు. 51

వీరమే రూపమై వెలుగులోకమునిండ
పిరికి చీకటులు కాన్పింపలేదు
రోషమే రాజ్యమై రొమ్ముచీల్చుచునుండ
పని దొంగ సన్న్యాసి బ్రతుకు లేదు
మమతానురాగాలు మానవత్వము పెంచ
కుటిల దానవ నీతి కూడబోదు
హెచ్చులొచ్చుల భేద మీక్షించి పాలింప
నడ్డదారుల కోట అందబోదు

వేంకటాద్రి నాయుని రాజ్యవేది మీద
కష్టనష్టాల తాండవాల్ కానరావు
నిత్య సంతుష్టి నదిదేలు నిఖిల జనులు
కాంతి పడవలై ప్రభుకీర్తి గడపినారు 52

పులి పురి జొచ్చెనా జనులు
పుర్రెల బుట్టు విచార రేఖలన్
కలవరమంది రాజుకడ
కష్టవివాద విషాదవార్తతేన్
“నిలుపు”డనంగ సైనికులు
నేర్పుమెయిన్ దరిజేర “తోడి తెం
డిలకు భుజంగరాయు” ననె
నిమ్మగ ప్రేముడి పల్లవింపగన్. 53

రాజ సైనికుల్ రాయుని తేజమరసి
ప్రభుని సన్నిధి కరుదేర బలికినారు
"రాజుతో నాకు పని యేమి? రాత యేమి
రాను పొ"మ్మంచు ధిక్కార రాయుడనియె 54

అసలు రాజాజ్ఞ బంధించమనగలేదు
తోడుకొని పోవ రాయుండు రాడు నిజము
శూన్య దృక్ సైనికులు రాగ మాన్యుడెరిగె
నతని బంధింప యువవీరు నంపినాడు 55

"నిను బంధింతును!" "కారణమ్మ?"
"జన దుర్నీతిం బ్రవర్తించుటే"
"యనగా చెల్లదు" "చెల్లితీరు"
"మరి సాక్ష్యాలన్ విలోకింపరా?"
"పని లేదందును!" "సాక్షి జూపుదుర?"
"చూపన్ కాదు!" "నమ్మంగరా"
"దనరా దందును" "వ్యర్థమే"
"మరి బలాత్కారమ్మె" "యైనన్ సరే!" 56

ఇద్దరు యువకులు బలవంతులుదిత బలులు
యుద్ధ విద్యానిపుణులాము యుతులు శూరు
లనుపమాన తేజులిల పోరాడినారు
ధైర్యమేకదా శౌర్య సంధాన రేఖ 57

అదియ యువవీరు నధికార విదిత దీప్తి
ఇదియ రాయాత్మ గౌరవ ముదిత పథము
అతని శక్తికిన్ సామ్రాజ్యమంత బలము
ఇతని దీప్తికిన్ గుండె గూడింత జయము 58

బంధితుడై యువ వీరుం
డంధ తమస్సమ విచింత నణగినవాడై
బంధు గణ రక్షణ కవచ
ముంధరియించెడి నిరూహమూర్తిగ నిలచెన్ 59

నది ముక్కున కిరు దరులన్
తదయు కనులు చింతపల్లి ధారణి కోటల్
అది చూచిన నిది చూచును
మది పొంగిన వేంకటాద్రి మాన్యుడు చూచున్ 60

చింతపల్లి కోట స్వేచ్ఛా స్వతంత్రతల్
నిలుపుకొన్న మేటి వెలుగు కడలి
కుంఫినీ దొరలును గోల్కొండ సుల్తాను
లీదలేరు గట్టు నెక్కలేరు. 61

వీరు స్థితి వినన్ ప్రభుడద్గె నూరుపేరు
తాత తల్లి దండ్రుల తీరు ఖ్యాతి మేర
"సుతు సమేతుడై నాగన్న శుభ్రతేజు
కొలువు కూటంబు తోడ్తెర" పిలుపునిచ్చె 62

నాగన యన్న దమ్ములు
నసాహత విజ్ఞులు పెద్ద లందరున్
వేగమ గుంపుగూడి యడవిన్
బడి పుత్రుని గాంచి కాంతిరే
ఖాగతి బొల్చు రాయుని
వికాస దృగంచల దగ్ధ దృక్కులన్
క్రాగుచు బంధ ముక్తి యుత
కార్య విలాసము కాంక్ష చేసెడిన్ 63

తండ్రి మాట సతము తలదాల్చు రాయుండు
కట్లు విప్ప బయలు కదలబారె
కోరి గుర్రమెక్కి కోటకై యువ వీరు
డూరి దిశగ పిల్లలురికినారు 64

రాజుల దుష్ట వర్తనము
బ్రాహ్మణ పండిత ధూర్త తత్త్వమున్
తేజము జంపు మాదిగల
దీన విధానము బుద్ధి కాల్ప నీ
బూజును దుల్పరాయుడు
ప్రపూర్ణ మనస్కృత చిత్తశుద్ధి సం
పూజలు సందడింప ఘన
భూమిక పూనగ సిద్ధమయ్యెడిన్ 65

చాపము చక్రవర్తి దగు
శాపము బ్రాహ్మణ శుద్ధ వాక్కు దౌ
చాపము ప్రాణ హానికగు
శాపము నిత్యము మానహానికా
చాపము శత్రువీరు పయి
శాపమనిష్టము చేయు వానిపై
చాపము బ్రాహ్మణుం గనదు
శాపము రాజుల గొంతుకోసెడిన్ 66

చాపము కదనపు చిహ్నము,
శాపము వాక్ శుద్ధి గుర్తు, శబ్ద చలనమై
శాపము, కరమై చాపము
తాపము దీర్చును, సుజలధి తానము వలయున్ 67

రాత్రి తల్లి తండ్రి రంజిల్లు ప్రేమతో
కొండయంత కొడుకు కోర్కెలడుగ
"కదన కవన జయము కాంక్ష చేసెద" నంచు
పలికె కన్న యెదలు పులకరింప 68

"సైనిక తేజమున్ సరస
సాహితి వేడుక సంతరింప నే
నూనెద దీర్ఘ యాత్ర, తలి
నోములు తీర్చెద, కత్తి ఘంటముల్
పూనెద, కష్టదాస్యముల
పూడ్చెద, నాటెద వెల్గు బావుటా
నేను నిబద్ధ చిత్తమున
నేలుదు దీనవిముక్తి మార్గమున్ 69

సేన నడిపించు బలశాలినైన నేను
కవన మలరించు హృత్ శాలి కాగవలతు
కదన కవన సంసక్తిమై కఠిననైచ్య
దీనజన శృంఖలాల్ తెగ ద్రెంచజూతు 70

కవన మగుదు సైన్య కదనమ్ము గననౌదు
నంటరాని జాతి నంట జేతు
కత్తి శాంతి కురియు, ఘంటమ్ము దయ పంచు
జగము ధరణి కోట నెగసి చూడ 71

కొడుకు స్థిర చిత్త సంజన్య కోణ మరసి
తల్లి దండ్రులు నిండు జాబిల్లు లైరి
వెండి వెన్నెల గృహసీమ నిండిపోవ
కడుపు చల్లని తనయుని పుడికినారు 72

★★★

5. ఆశ్రయము

ఉదయమె రాజు సన్నిధికి
            నున్నత వాంఛల తండ్రి కొడ్కులున్
కదలి చనంగ, కొల్వు నిడు
            కమ్మ సుపర్వ విలాసరేఖలన్
విదిత యశుండు నాయుడు
            నవెన్, దరి జేరగ పిల్చి, తాకి, స
మ్ముదిత మనస్వియై పలికె
            "ముత్య మితండు కుటుంబ రక్షణన్" 73

రాయుని తాకుటల్, స్వగృహ
            రక్షణ బాధ్యతలిచ్చుటల్, మహా
మాయగ భ్రాంతి జెంది ప్రజ
            మ్రాన్పడి చూడగ, వాసిరెడ్డి వం
శాయత వేంకటాద్రి "బలశాలి,
            సుబుద్ధి విశుద్ధతేజు డీ
నాయకుడుండు నా కొలువు
            నందు" ననన్ సభ మారుమ్రోగెడిన్. 74

తండ్రి తనయులు వినయాన తలలనూప
అంగ రక్షక పదవి స్వర్గంగ దూకి
తండ్రి కొడుకుల శిరముల తడిపివైచె
గుండె పొలముల బంగారు గుణము పండ 75

శిక్ష పడ జనుల్ భావింప రక్ష కలిగె
కోటి సూర్యప్రభ వెలుంగ కొలువు దొరికె
రాజులాలోచనాంతర్య రక్తి మాయ!
కదలి కదలించు లక్ష్మి టక్కరిది సుమ్మ! 76

కోటకు వచ్చుటల్ కొలువు
కూటమికిన్ దరిచేరు చుండుటల్
మాటలు చేతలున్ మరచి
మౌన విలోకన భ్రాంతి జెందుటల్
వాటమ? రాయుడుజ్జ్వలుడ
వారణ తేజుని వెల్గులారునా?
పేటకు కోటకున్ నడుమ
పేరిమి దీప్తులు ప్రజ్వరిల్లునా? 77

ఉద్యోగము తేజస్వికి
సద్యోగమ? నాయుబుద్ధి సదమల ఘనమా?
సద్యోజాత ఫలమ? తగు
విద్యా గౌరవ బలమ? ప్రవీణత జయమా? 78

కొడుకు స్వాతంత్ర్య తేజమ్ము కోలుపోయి
బంధితుని భంగి కొలువులో పాటుపడును
శక్తి యుక్తుల వ్యక్తిత్వ రక్తి మిగులో
తగులో యనతి కాలమ్ములో జగమెరుంగు 79

ఇరు దరులొరసి ప్రవహించు వెరపులేని
కృష్ణ చెరువుగా నిలిచి నోరెత్త గలద?
కొండ జలపాత సౌందర్య చండ చలన
మెల్ల స్తబ్ధమై యాగి యూరేగ గలద? 80

దాక్షిణ్య మతిన్నాయుడు
రక్షించెన రాయుని గుణరమ్యతలలరన్?
శిక్షించెన? రాజెరుగు సు
శిక్షిత రాయుడెరుగు, గుడి శివుడేయెరుగున్ 81

అంగ రక్షక బలమెల్ల నడవి నెరిగి
యభయ మింపార యువ వీరు డలరునంత
పూర్ణ సంతృప్తి నిలువెల్ల పులుము కొనుచు
ప్రేమ పెంపొంది రాయుండు పెరుగుచుండె 82

యువ వీరుని చేదోడుగ
నవ వీరుడు కొలువు జేర నవనీతమతుల్
జవ సత్త్వ యుతులు విశ్రుతు
లవువారలు రాజగృహము నాప్తుల్ సుతులున్. 83

ఆ భాగ్యోన్నత చక్రవర్తి విధి
సంధ్యావందన ఖ్యాత దీ
క్షా భారమ్మును, బ్రాహ్మణుల్ నియమ
రక్షా దక్ష సంరక్షణల్,
క్ష్మా భర్తల్ నెరవేర్చు భక్తి, పురి
బ్రాహ్మణ్యంబు రూపించుతత్
సౌభాగ్యమ్ము, గ్రహించి నేర్చు కొనునీ
సౌందర్య రాయుండిలన్ 84

సాము గర్డీల్ చేయు సాధన స్థలి యందు
దుమ్ము రేగని యంగుళమ్ము లేదు
అమరేశ్వరుని పాదకమల డోలా నదిన్
స్నానమాడని వేగు సంధ్యలేదు
నగర నర్తన భూమి పొగరేగు గుడులలో
పూజ చేయని పొద్దు పొడుపులేదు
వేదాధ్యయన వాక్ ప్రవీణున్ గళాంజలిన్
మారు మ్రోగని కృష్ణ నీరు లేదు

గుడులు దీవించు, కొలకులు మడుగులొత్తు
కృష్ణ ప్రేమించు, పుడమి సత్కృపను జూపు
కవిత దయ నిచ్చు, దరిజేర్చు కదన బలము
వెలుగు కలుగు రాయుని వేద విధులు ముగియ. 85

★★★

6. సౌందర్యము

ఉదయమె నిద్రలేచి
నియతోజ్జ్వల చర్యలు పూర్తిచేసి, తత్
సదమల మాతృమూర్తి తల
సొదగ నవ్వులు పూయ, తేనె త్రా
గి దయ చరింప కొల్వు దరి
కేగెడు రాయుని నిండుమూర్తి చూ
పొదవగ సూర్య చంద్రులిల
పొల్పు వహించు పవిత్ర తేజమై. 86

సీల మండల దాక జీరాడు చీనాంబ
రము పంచెగా కట్టు రసికుడతడు
తెలతెల్ల చంద్రికల్ వెలవెల్ల బోవంగ
మడుగు దోవతి గట్టు మాన్యుడతడు
పలుచ పల్చని పట్టు బట్టలున్, మేల్ నేత
నూల్ పంచెలు ధరించు నూత్నుడతడు
కాలి గోటిని కూడ కనుపింప నీకుండ
పంచె కట్టెడు మేటి ప్రాజ్ఞుడతడు
చెంగులెగిరి నడువ, హంగురంగులు పొంగ
వింత గొలుప కనుల విందుకాగ
నిలువు గుడ్డతోడ నిర్భరాశ్చర్యులై
చూచు జనుల నుర్వి యూచు చుండు 87

రాయుడు పంచెను కట్టిన
మాయదు సాగదు నలగదు మడతలుపడగన్
రాయదు గుంజదు పీకదు
హాయిని సౌఖ్యమును హొయలు నందగ జేయున్. 88

ఆ భుజంగరాయు నవనీశులె తలెత్తి
తేరిపార జూడ గోరువారు.
అలలె నడల కదల నాడువారలు గూడ
ఆగిచూచి దృష్టి నీగు వారు. 89

అతని పంచె కట్టు నతనికే సొంతమ్ము
ననుకరింప సాధ్యమసలు కాదు.
జనము మెచ్చుకోలు క్షణము క్షణము సాగ
నురము పొంగి రాయు డుజ్జ్వలించు. 90

మీసము దువ్వెనా జనులు
మిత్రులు చూతురు భ్రాంత చిత్తులై
మీసము తిప్పెనా అరులు
మిట్టల గుట్టల బట్టు భీతిచే
మీసము దట్టమై నలుపు
మీరి చరించెడి నాగుబాము మీ
కోసమనంగ వైరులును
కొండల కోనల పారిపోయెడిన్ 91

మీసము రోష విశేష వి
లాసము, సాంద్రతర రాత్రలాస్యము, విలసత్
హాసము, దుర్గమ వన సహ
వాసము, న్యాసము సుశౌర్య భాగ్యము చూడన్ 92

చేతులెత్తి చెప్పులు పూల సెజ్జ వోలె
తీసి కందోయి కంటించి తీవ్రభక్తి
పెరిగి తలమీద తాటించి పేర్మి మొక్కి
ముద్దులిడి భక్తితో పాదములకు తొడిగె. 93

యువ వీరుండు మహాశ్వమట్లెగుర
రాయుండొగ్గు పగ్గాలొగిన్
యువవీరుల్ భయమందపోనసుపు
రాయుండూర్ధ్వ తేజంబునన్
యువ ధీరాత్ముల భ్రాంతి తొల్గిచన
రాయుండుజ్జ్వలాంతర్మతిన్
నవనాడుల్ వెలుగంగ చూపు నెపుడున్
నాకమ్ము లోకమ్ముగాన్. 94

యువవీరు జతగూడి పవలు రేయింగూడ
రాజిల్లు సూర్యుడై రాయుడుండు
కత్తి యుద్ధమునందు కర్రసాముల యందు
రమణీయ విద్యయై రాయుడుండు
కదనరంగము పోరు కవనఘంటము తీరు
రచియించు నింద్రుడై రాయుడుండు
జయకేతనము నెత్త నయగీతముల నొత్త
రమ్య భావన కావ్య రాయుడుండు

ఒక్క కంచము మంచము నొక్కమాట
యొక్క చేష్ట యాలోచన మొక్కరీతి
కవలలన్నట్లు వారలు కనగనయిరి
రాజు సుతులట్లు వారు సరాగులైరి. 95

రాజు చెప్పిన పనిచేయ రాయుడుండ
కోరి యువవీరు వేటకై కోట దాటె
అడవి పులిసింహ మృగరాశి యడలెగాని
బందిపోటు దొంగ లతనిన్ బందిచేసె. 96

చీకటి చేతులెత్తి వన
శీర్ష వివేకము గప్పివైవ చీ
కాకులు క్రమ్మ మానవ
వికాసము తేజము నిద్రపుచ్చ, మేల్
కాకలు తీరిపోవ పెను
కానన జీవన రేఖలాడె నే
కేకకు వీరశేఖరుడు
క్రేళ్ళడు చేరడు కోటకేనియున్. 97

రాజు హృదయార్తి పోగొట్ట రాయుడంత
నడవి గుడిలోకి శివలింగ మరిగి నట్లు
పుడమి బడిలోకి వేదాంతి వెడలినట్లు
కాననరుకు గొడ్డలి వోలె కానబడియె. 98

కొండలోయలో గుహపొంత మండునెగడు
కాంతి వలయాలు వెదజల్లి కానుపించె
ముదురు గజదొంగలకు మధ్య మురువుజచ్చి
దీనుడై వీరవరదుండె దీప్తి సడలి. 99

మెరుపు దాడి చేసి మరపు చెందిన వారి
క్షణములోన కొట్టి కట్టి వైచె
రాజ వీరు గట్టు రజ్జువుల్ తెగదెంచి
యింపుమీర కౌగిలించినాడు. 100

రాయుడు వీర వరున్నిర
పాయముగా కోటలోన భద్రపరుప హృత్
ధ్యేయము న్యాయము ఖాయము
చేయగ రాజు పులకించి చేతిని నిమిరెన్ 101

7. సంస్కారము

రిపుల నణచు రాజా వాసిరెడ్డి వేంక
టాద్రి నాయుండు రాయుని హస్తమంటి
పలికె "చెరనుండి వీరు కాపాడినావు
దొంగలకు శిక్ష వేయంగ దొరవు నీవు" 102

"ధరలో నింద్రులు, భద్రమూర్తులు
ప్రభాదాతల్ ప్రచండాగ్నులౌ
స్థిరచిత్తుల్ బలభవ్యతేజులు
మహాధీరుల్ సదా మీరలే
చెరలో నుంచగ, దుష్ట దుర్జనుల
శిక్షింపంగ, రక్షింప మీ
కరమే సర్వము, వారు సైనికులు
గా కాంక్షించి నేకోరెదన్" 103

సంతోషంబు మదిన్ చరింప ముఖమున్
సౌభాగ్య సౌజన్యమై
నంతన్ నాయుడు నవ్వి "రాయుడ!
మదీయానంద తేజమ్ము నీ
వంతై పోయెను, నీవు వీరుల తగన్
పాలింప యోగ్యుండవే
చింతల్ మాని సుఖంబునూని జనసం
క్షేమంబు తోడ్తె "మ్మనెన్ 104

నవ్వెను రాయుడు, నాయుడు
నవ్వెను, గజదొంగలుల్కి నవ్విరి, పూలై
నవ్వులు విరిసెను, పరిమళ
మవ్వల వీధుల పరుగిడి మాధురులొలికెన్ 105

కనిగిరిని దాకి, ఖమ్మమ్ము కాంతి నిమిరి
గౌతమీ వారి పుణ్యాల కలలు కడిగి
పెన్న నీటి స్నానాల సంపన్న మాయె
చింతపల్లి సంస్థానంపు చిరయశస్సు 106

చెంచులు దొంగలై కుటిల
చేష్టల దోపిడి చేయుచుందురే
కొంచెము జాలిలేక కడు
క్రూరులు ప్రాణము దీయ, పేదలన్
వంచన చంపుకోయతెగ
వర్తన మాన్పగరాక కుందు రా
జించుక యోచనల్ సలిపె
జీవన మార్గము కీలు దిప్పగన్ 107

చెంచు కోయలున్ సేనకాన్ చెడును బెదద,
పెరుగు సైన్యమ్ము, రిపుభీతి తరుగు, ప్రజల
కష్ట నష్టాలు తీరు, సౌఖ్యాలు మీరు,
తినగ లేకే కదా దొంగతనపు చేష్ట? 108

నాయునితో నేకాంతము
రాయుడు మంత్రాంగమాడె రాజాజ్ఞనిడెన్
కోయల చెంచుల భటులుగ
చేయ నడవుల బడివెడల చిత్తము దెలిపెన్ 109

చెంచు గూడెముల్, కోయల్ చరించులోయ
లెల్ల దిరిగి భయ భ్రాంతి రేఖ చెరిపి
గుండియల నిండ ధైర్యము కూతలిడగ
వీరవరులెల్ల సైన్యాన చేరినారు 110

తట్టల్ బుట్టలు నెత్తికెత్తి ఘన
కాంతారమ్ము సంతానముల్
చెట్టుల్ పుట్టలు దాటు కొంచు తమ
నిశ్చింతాత్మ సందేశముల్
మెట్టుల్ గట్టుచు నెక్కి వచ్చెడిని
భూమిన్ పండు ప్రేమల్ గనన్
పెట్టం బోయగ నున్న చోటు గద
సంప్రీతిన్ నరుల్ చేరుటల్. 111

ఐదు నూర్ల చెంచులు కోయలడవిదాటి
చింతపలి దీప్య సంస్థానమంత జూచి
తమను తామంటు గట్టుకో దలచినారు
తెలిసె, రాత్రి వీరలు పగల్ తెలియగలరు. 112

కొండ గుండె కీల్ దిప్పు ప్రచండులెల్ల
బయట కాల్వెట్టి నడచు చూపమరినారు
దొంగపని నేర్పు కైసేయు దొడ్డవారు
భటుల విధులు పిల్లాటగా బ్రమసినారు 113

దొంగల్ ప్రభు భటులై దొరతనమ్మును జేయ
నాయుడానందాధినాథుడయ్యె
మాట మన్నించి సమ్మాన మందగ జేయ
రాయుండు ప్రేమాబ్ధి రత్నమయ్యె
శిక్షలే కుద్యోగ రక్ష సంపాదించి
దొంగల్ ప్రమో దాంతరంగులైరి
రాత్రి కన్నపు దొంగ రాడన్న నిశ్చింత
ప్రజలెల్ల తృప్తి సంప్రాప్తిగనిరి

చిన్న సంస్కార చర్య విభిన్న గతుల
సర్వ సంస్థాన సీమా ప్రచారమందె
అల భుజంగరాయుని పేర్మి జలధరములు
రక్తి వర్షించి పెంచె సామ్రాజ్య మెల్ల 114

వాసిగ వాసిరెడ్డి ప్రభు
వర్ధిలు కీర్తి పతాక కాంతి సా
వాసము చేసె రాజ్యసుఖ
పావన సుందర భాగ్యరేఖలన్,
హాసము చిందుమోముల
విహాయస తేజపు మానవాళియున్
భాసుర భవ్య జీవనము
ప్రాప్తివహించె విశుద్ధ భాగ్యమై 115

కోయలు చెంచులున్ కదన
కోవిదులై జయబీజముంచగా
నాయుడు సైన్య వృద్ధి నవ
నాడుల రంజిలి నీరు పోయగా
రాయుని స్నేహహస్తము
పరాగ పరీమళ దివ్య పుష్పమై
పూయగ తేనె టీగలయి
పుణ్య జనాళి సరాగ మాడెడిన్ 116

కుంఫినీ భీతి చెరజిక్కి కునుకులిడియె
కరకు గోల్కొండ కడగండ్ల కలక గాంచె
శత్రు సైన్యాంగకము లెల్ల చచ్చు వడియె
నాయు దండి దండుకు కొత్త నవ్వుమొలిచె 117

చెంచులు కోయలా యడవి
　　స్వేచ్ఛ జరించుట మాని కొల్వుప్రే
మింప గతించె వైభవము
　　మిత్తవ లూపిరులాపినట్లు భా
వించుట, యొంటరిన్ దిగులు
　　విందులు చేయుట, కాలుసేతులుం
దుంచిన రీతి నుండుట
　　గతోజ్జ్వల జీవిత కాంక్షలూపెడిన్ 118

★★★

8. సాధనము

చింత పల్లి సంస్థానంపు సీమలందు
దారి దోపిడి గజదొంగతనము పెరిగె
పట్ట పగలె యాత్రికుల సంపదలు పోవ
రాత్రి పయనమ్ము నూహింపరాదు ప్రజలు. 119

బెడద మాన్పంగ మార్గమ్ము వెదుకవలెను
పట్టి తిండి పెట్టుట కంటె భటుల జేసి
కత్తి కయిలేని తరిబీదు కలుగనిచ్చి
సేవకుల జేయ ప్రభువు కాంక్షించినాడు 120

రాజుకు నమ్మదగ్గ జన
రమ్య చరిత్రులు, వేగు నేర్పరుల్,
తేజులు, రాయు వెంటనిడి
తెల్విగ యాత్రికులట్లు వేషముల్
మోజుగ వేసి యాన పథమున్
గతి మార్చుచు దారిదోపిడుల్
వాజెమలందరిన్ గలిపి
భద్రత నిచ్చెడి సేవ చెప్పినన్. 121

దారి దోపిడి జట్టు ప్రధానులెల్ల
కోరుకొని వచ్చి గుంపుతో కొలువు జేరి
బాగు పడుమంచు ప్రేమ సౌభాగ్య మిచ్చు
ప్రభువు నౌదార్యమును భద్రపరచినారు 122

"కలడు శిలలైన ప్రేల్చు కంకటమువాడు
రాని దొంగల బంధించు రాతగలదు
బంధితులు దీనులై కష్ట పడుట నిజము
పొగరునకు పోయి కష్టాలు పొందవద్దు" 123

హెచ్చరిక రాజుచేయగా నిచ్చగించి
దారిదోపిడి దొంగల్ విచారపడిరి
కొలువులో చేరి ప్రాణాలు నిలుపుకొనిరి
రాక బంధింపబడిరి, విరాగులయిరి. 124

చింతపలి జమీందారు ప్రాచీనరాజ్య
వైభవము వెల్గి జగమంత పలుకరించె
దొంగలికలేరు సైనికుల్ దొరలెవీరు
గుండెపై చేయియిడి ప్రజల్ కూర్కవచ్చు 125

కన్నాల దొంగలే కనరాని రాజ్యాన
చిమ్మచీకటి రాత్రి చింతలేదు.
దారి దోపిడి దొంగతనము మాయముకాగ
కాలిబాటల యాత్ర కరవు లేదు.
పిండారుల ముఠాలు పీకులాటలు లేక
పల్లె సంపద ప్రజల్ పదరలేదు
ప్రభువిచ్చు ఋణమెల్ల పంటతో చెల్లిపోన్
పేదరైతులకప్పు పీడలేదు.

గోడ కన్నమనెడి గోడు గోలలులేవు.
అడవి దొంగ బాధలసలులేవు.
పల్లె కొల్ల బోదు, వడ్డియప్పులు లేవు.
జనులు చింతపల్లి సఖులు సుఖులు 126

గుడిగోపురాల్ లోతు కొలకుల న్నిర్మించి
ధార్మికత్వ పతాక తాల్చునితడు
సంగీత సాహిత్య సభలన్ సరస్వతిన్
తనియించు రససిద్ధ తంత్రమితడు
పల్లె పాటలు తనూ వల్లరి న్నర్తింప
సంతోషనది మున్గు సరసుడితడు
క్రీడాంగణ యువ శక్తిం జూప సైనికుల్
పండు మాగాణిగా పలుకు నితడు

ప్రజల క్షేమమ్ము తనక్షేమ భావమంది
జనుల పాలించు నాయుని జన్మభూమి
నవ్వు పువ్వుల సుఖశాంతి రువ్వుచెట్లు
పగుల బండిన నందనవనము నయ్యె. 127

ధర్మ పరుడంచు సముచిత
కర్మా చరణుండటంచు ఘనతేజుడనన్
నిర్మల తముడని నాయుడు
నిర్మమకార ప్రజాళి నెనరును పొందెన్ 128

సంతోష జలధి నీది య
నంతపు మాణిక్య మణులు నౌదల దాల్చన్
వింతగ వెలిగెడి రాజుకు
చెంతన జనగోవు భక్తి చేపెను ప్రేమల్ 129

యువవీరు రక్షించి జవసత్త్వ ములు నింపి
గజదొంగలను బట్టి విజయమిచ్చె
చెంచు కోయ దొరలన్ మించు ప్రజ్ఞ జయించి
సహజశక్తిని పెంచు సైన్యమిచ్చె
దారి దోపిడి దొంగ ఘోరకృత్యములాపి
రాజసేవకు నవ్య తేజమిచ్చె
కంటి రెప్పగ సదా కను సన్నలను నిల్పి
ప్రభుభక్తి వ్యాఖ్యాన పథమునిచ్చె.

"అట్టి రాయుండు సత్కార మంద దగున"
టంచు వేంకటాద్రి విభుండు మించు ప్రేమ
"సర్వ సైన్యాధికారిగా సదయుడుండు"
ననగ సభ యెల్ల సమ్మోద వనధిదేలె 130

★★★

9. లక్ష్యము

తాతల్ తండ్రులు నమ్మజేజులును
　　　　ముత్తాతల్ బరాబర్లుగా
చేతుల్ పట్టుచు రాయునెత్తిరి మహో
　　　　త్రేష్మన్ నవోద్దీప్త, జ్వా
లాతేజున్, నవనీత మార్దవ మతిన్
　　　　లావణ్య రేఖావళుల్
మోతల్ పెట్ట బడున్ నగున్ చెలగు
　　　　సమ్మోదంబు జీవింపగన్　　　　131

సకల సైన్యాధికారి, సంస్థాన రక్ష
కుండు, యువ రాయుడు ధరణి కోట జేర
బంధుజన భాగ్య సంపదల్ పండి, బంతి
బువ్వలను బెట్టి సంతుష్టి రువ్వినారు.　　　　132

శివము చిందులు ద్రొక్కి చెమట చుక్కలు రాల్చి
　　　　నింగి చుక్కలు నేల నిల్పినారు
కాకతప్పెట గొట్టి నాకలోకము దించి
　　　　మట్టి తల్లికి బొట్టు పెట్టినారు
లల్లాయి పాటలన్ కొల్ల కొల్లగ బాడి
　　　　సూర్యతేజము నేల చూపినారు
ఆటపాటలమేటి పేట పేగు ముడిపై
　　　　పసుపు కుంకుమలు రాపాడినారు

వెలుగు కాగడాల్ చీకట్లు వెలితి చేయ
రాత్రి సూర్యుడై రాయుండు రహివహించె
సద్దు మణగని నడిరేయి పొద్దు పొడువ
గుండె కుంపట్లు వెలుతురు గూడెమయ్యె 133

గూడెము గూడెమున్ కదలి
గుంపులు గట్టుచు హత్తుకొంచు మా
టాడు కొనంగ నూగుచును
డాయగ నేగుచు నాడుకొంచు వెం
టాడుచు పాడుచుండ పడు
చయ్యలు భామల నాట పట్టుచున్
కూడిరి రాయుకొల్వు కుల
గోత్ర మహాభ్యుదయాప్తి చిందగన్ 134

వయసు పిల్లలు వావి వరుసల్ తిరుగదోడి
గుండె మీదనె గుద్ది గుర్తులిడిరి
ఈడేరి తాటాకు హింస గెల్వగ జూచు
పడుచు పిల్లలు పట్టుపట్టుమనిరి
అత్త మామలు ముద్దులొత్తి కూకటి పొత్తు
లెత్తి పెండిలిమాట లత్తి నగిరి
ముసలి ముత్తైదువల్ ముక్కు మూతులు పొడ్చి
పప్పన్న మెపుడంచు పట్టు లిడిరి

పెద్ద కొలువు దొరికె పెరుగజొచ్చెవయస్సు
ఈడుపిల్లలెల్ల వాడదాటి
రెప్పు డింక పెండ్లి ఏ పొద్దు మాముద్దు
తీర్తువయ్య రాయ తెలుపుమనిరి 135

కన్ను కొట్టగబోడు వెన్ను తాకగరాడు
నీతి మూతిని విప్పు రీతిలేదు
బూతు మాటలు రావు రోతచేతలు లేవు
కోత గోసెడు పాడుకూతలేదు
కల్లు సారాల్ లేవు కసరు మేతలు లేవు.
మత్తు పానీయాల మాటలేదు
చుట్టబీడీల్ లేవు సోది సోద్దెము లేదు
గుండె కోతల కోతి కులుకు లేదు

వాడతలలోన నాల్కయై వచ్చినాడు
బంధు జనమైత్రి తనివొంద పలికినాడు
కులము గోత్రమ్ము ప్రఖ్యాతి నిలిపినాడు
కొడుకు పుట్టిన నిటువంటి కొడుకు వలయు 136

ఆతని దృక్కులెప్పుడు
విహాయస వీథుల శూన్య చింతలే!
ఆతని వాక్కు లెన్నడు
వియత్తల రోచుల పల్కరింపులే!
ఆతని చేష్టలాత్మల
కనంత సుశిక్షణ దానశక్తులే!
చేతన యోగ మిచ్చెడి
విశిష్ట సుదీప్త సురాగ రేఖలే

137

అతడన్న గూడెమ్ము నాత్మ విశ్వాసమ్ము
నింపు సొంపుల పెంపు నింపు యశము.
అతడన్న యువశక్తి యత్నాగ్రహావేశ
ములబట్టు పగ్గాల పుట్టుకీర్తి.
అతడన్న స్వజనమ్ము నంతరంగ విశుద్ధి
గగన గంగను నేల కదుము దీప్తి.
అతడన్న గతకీర్తి యాయువుల్ వెలుగాడ
బుడ్డి యారక నూనె పోయుశక్తి.

ఆతడన్న నెన్నొ యాశల కూడలి
నాల్గు దిశలు కలిపి నడువవలయు
బుద్ధి భుజ బలమ్ము పురుడుపోయుచురాగ
కొత్త పుడమి జన్మ మెత్తగలదు. 138

తలిదండ్రుల కనవచ్చిన
తలిరాకును బోలు పుత్రు తనువులు దీరన్
తెలిసిరి, ముద్దుల నెత్తిరి
కలిపిరి మాటల నగవులు కలతలు పోవన్. 139

తల నిమురుచు బుగ పుడుకుచు
తలి తనయుని ప్రేముడిని తనరుచు పలికెన్
"చెలిగా కోడలు వలయును
వెలిగింపుము మన గృహమున వెన్నెలలాడన్" 140

కరవాలము ఘంట మమరు
కరమును దాకి జనకుండు "కన్నా! మనుమల్
తిరిగెడు లోగిలె వంశము
పెరిగెడి కోట, వరమిమ్ము" పేర్మిని పలికెన్. 141

"కొన్ని కలలు నన్ను వెన్నంటి తిరుగాడు
నన్ని వాస్తవమ్ము లగుట వలతు
కోరి చేయు పనులు కూర్మి సాధింపంగ
భార్య యడ్డమగుట పనికిరాదు" 142

"పుట్టు జనులెల్ల జీవించి పోక నిజము
నరుడు గతియింప స్థిరమైన వరము కొడుకు
పిలలు కలవాడె కలవాడు పిదపవాడు
పుటుక గిట్టుకల్ పరతెంచి పుణ్యమేమి?" 143

"పెండ్లి భార్య పిలలు పేర్మి నుండుట మేలె
అంతె చాలు ననుట అసలు తగదు
నేను చేయనెంచు నీతిరీతులు కొన్ని
పెండ్లి కోరనీవు పెరగనీవు" 144

"ఏ వయసున కా వయసున
నావశ్యకములగు కర్మలాచరణమగున్
ఈ వయసులు మీరగ నే
నావలు రేవులు మిగులవు నదులన్ దాటన్" 145

ఇప్పుడు మాత్రమె వద్దని
చెప్పుదు పెండ్లిని పిలలను చేతన ధునులన్
తప్పని కోర్కెలు దీరిన
యప్పుడు కోరిన వివాహ యాగమొనర్తున్ 146

"భార్య పురుషార్థ ధర్మ ప్రభావ ఫలము
చెలగు సంతాన మొక క్రమశిక్షణమ్మ
కాని తగినంత కృషి తోడ కార్యదీక్ష
పూని చేపట్ట నవరోధముండరాదు" 147

"పెండ్లి యాడు టెప్పుడని భావింతు వీవు?"
"పూను లక్ష్యమ్ము నెరవేరు పుణ్య ఘడియ"
"కోరు గమ్యమ్మ సిద్ధింపకున్ననాడు?"
"సిద్ధి తథ్యమ్ము విజయమ్ము శ్రేయమిచ్చు!" 148

"నిజమే! పెండ్లే వయసున?!"
"విజయము సిద్ధించి నపుడు!" "వివరింపదగున్"
"స్వజనము పెరుగన్, తరుగన్
విజనము. పది యేండ్ల కింక పెండిలి జరుగున్" 149

రత్తమ వచ్చి, యత్తపద
రశ్మికి కన్నుల మొక్కి, మామ లే
మెత్తని పాద పద్మములు
మేదిని చూడగ మ్రొక్కి, పీటపై
హత్తుచు కూరుచుండి తన
హక్కును బావను దొంగచూపులన్
చిత్తము మొత్తముం జెలగి
చిందులు వేయగ చూచె నేర్పునన్ 150

"ఇది మన యింటి పిల్ల, వికసించిన మొగ్గ, హుజూరు సేవకై
మది నవపూల తోటగ న
మర్చి నిరీక్షణ చేయుచున్నదీ
ముదితకు నాడె మాట నిడి
ముచ్చట జెప్పితి, దీనినేమి చే
యుదువొ యెరుంగ జెప్పు" మన
యుక్త విచారుడు చెప్పెనొప్పుగన్ 151

"నాకును రత్నమాంబ చిన
నాటనె యిష్టము, పెండ్లి యాడుదున్
మీకు, పదేండ్ల నా గడువు,
మీరను, జవ్వని తాను పెండ్లికై
చీకటి గ్రమ్మునో, వెలుగు
చేరునొ తేల్చుట యామె యిష్టమే
యాక యనంగ "బావ మొగు"
డంచు చటుక్కున చెప్పెనామెయున్ 152

రాజాంతః పురమంటి యుండు కొలువున్
రాజత్ సభావేదియున్
రాజిల్లున్ జయ ఘంటికా ద్వయము
శౌర్యంబుండు సేనానికిన్
తేజోదీప్తుడు మంత్రికిన్ గృహములై
దీపించు నవ్వీటిలో
రోజుల్ క్షేమమె, వాసముల్ స్థిరమగున్
రోచిర్నియుక్తంబుగాన్. 153

మనము నా మేడలో నుండ జనగ వలతు
తల్లి దండ్రులున్ తోడుండు ధర్మమెరిగి
నేను ప్రార్థింతు దీవెనల్ వేనవేలు
నూరు బయలెల్లి యుదయమే చేరవలయు" 154

పెద్దలాశీస్సుమాక్షతల్ ప్రీతి జల్ల
పరిమళమ్ములు దశదిశల్ ప్రాకిపోయె
పిలలు చిరునవ్వు ముద్దులన్ చిలకరింప
ఉదయ కిరణాలు తళతళల్ పొదువుకొనియె 155

ఆశనిరాశల ఊయెల,
నాశయమతి యేగ, నూగు నామని రత్నన్
ధీశాలి మరచి పోవ ప్ర
భాశాలిని నిల్చె నీడ పగిదిగ నూరన్. 156

★★★

10. రక్షణము

అదె సింహాసన మల్లదే సకల
సైన్య వ్రాత చేతస్కనే
తది స్థానమ్ము, నటున్నదే ప్రభుల
మంత్రాంగంబు నందించు దా
తది, శౌర్యాంచిత ధీవరుల్ దళపతుల్
తాదాత్మ్య భావోన్నతుల్
చదురుం జేరిరి, దాపునన్ గలరు
పూజారుల్ కవీంద్రుల్ ఘనుల్ 157

రాజ్యము వీరభోజ్యమను
వ్రాతలు నీతులు కాకపోవు, సా
మ్రాజ్యపు పాలనన్ చతుర
మంత్రుల వ్యూహము లెంతముఖ్యమో
పూజ్యము సైన్య మంతగను
ముఖ్యమె, ఘంటము ఖడ్గ మేదియున్
త్యాజ్యము కాదు, యుద్ధములు
తప్పవు ధర్మము శాంతి నొందగన్ 158

మంత్రి పాపయారాధ్యుండు మహిత యశుడు
పూర్ణ పురుషుండు శివభక్తి పుణ్యమూర్తి
రాజగురువు పండితకవి రాచఠీవి
కొలువునకు జేరి తన చోట నిలచినాడు. 159

లీల నగుచు రాజావాసిరెడ్డి వేంక
టాద్రి నాయుండు సేనాని యంటి రాగ
స్వర్ణ సింహాసనము నెక్కె ప్రజలు నిలువ
హాసముఖచంద్రు తేజమ్ము నలదె సభకు 160

రాయుడు రాచకొలువున చి
రాయువుగా వెలుగు టోర్వరానిది కాగా
రోయుచు రోగము కుదురం
జేయగ మంత్రి నియమముగ చింతిల సాగెన్ 161

దిగులు సెగలలో రగులుచు
పగబట్టిన నాగుబాము పడగ విడగ బి
ట్టిగసిన మంత్రిని చూడగ
యుగశాంతి విధాత రాజు నూహల నడిగెన్ 162

"రాజు నంటి సేనాని విరాగి యట్లు
శ్రేష్ఠ శుభ సుధర్మ మహా విశిష్ట సభకు
చేటు చెప్పు పాదాలతో చేరదగున?"
యనగ సభయెల్ల నిశ్చేష్ట మగుచు చూచె 163

రాజు సభ జూచె, చైతన్య రహితమైన
మంత్రి ముఖ మీక్ష చేసెను, మౌనముద్ర
గొన్న సేనాని దెస జూచె, కోరి నవ్వి
తిరిగి రాయునే సరిజూచె తేట పడగ 164

"పూజ్య రాజన్య తేజులు పూర్ణయశులు
ప్రభులు మన్నించి సెలవీయ పలుకగలను
గట్టి యభ్యంతరము నాకు కలదుకూడ!"
రాజు తలయూచె సేనాని రహివహించె 165

"మంత్రి వర్యులు పండితుల్ మాన్యమతులు
బదులు వాంఛించి వినగోరు పక్షమందు
నాకు ప్రత్యుత్తరము నీయ నడుగుచుంటి
పెడగ జందెమ్ము మెడనేల వేసికొనిరి?" 166

మంత్రి మాన్యుండు శివమెత్తి మారు పలికె
"మంత్రపూతమ్ము గాయత్రి మరువరాదు"
సర్వ సేనాని యభిమాన పర్వుడయ్యె
"చెప్పులును పూజ పొందు ప్రాచీన యతులు" 167

"కలదు జందెమ్ము మతనిష్ఠ కాపుదలగ"
"కలవు చెప్పులున్ కులవృత్తి గర్వమహిమ"
"నిలుపు జందెముల్ పరమార్థ నియతదీప్తి"
"తెలుపు చెప్పులు శ్రమశక్తి వెలుగు విలువ" 168

"పాదరక్షలు దుముధూళి పాడుమురికి"
"జందెములు కంపుతోల్ స్వేదజలదనిధులు"
"చెప్పులును పెంటకుప్పలు స్నేహమందు"
"జందెములు పెంట బొజ్జల చలనమందు" 169

"చెప్పులను వేసికొని కొల్వు చేరరాదు"
"జందెము ధరించి తిరుగుట జరుగరాదు"
"జందెములు చెప్పులొకటిగా చెప్పరాదు"
"జందెములు నూలె, చెపుతోలె అందమంతె" 170

"ఇంత కాలమ్ము లేక నేడేల కలిగె
చెప్పు జంధ్యాల తరతమాల్ దెప్పులాట
లిట్టి పలుకులు కొలువులో నింకవలదు"
రాజు చెప్పంగ వాగ్వాద రక్తి తగ్గె 171

"భటుడు తన శిరస్త్రాణమ్ము, పాదరక్ష,
అడిదము నడికట్టెప్పుడున్ విడువరాదు
జందెములుపనయన దివ్య సుందరములు
పూత గాయత్రి మంత్రించు పుణ్యనదులు 172

ఇది తప్పని యది యొప్పని
మది నెంచుట బుద్ధి శూన్య మార్గము చూపున్
హృదయము నిర్మల మగుటకు
పదపదమున సహన ఝురులు పారుట మేలౌ! 173

కదలు రాజ్యరథమ్ము చక్రాలు రెండు
మంత్రి సేనానులై రాజు మమత పెంచు
మంత్రి యొక కను సేనాని మరియు నొకటి
జంట కన్నులు కలహింప జనదు వినుడు" 174

నాయు హితవాక్కు సభ యెల్ల నాలకించి
మంచి మార్గము తమముందు నుంచికొనిరి
వర్ణ సాంఘిక నియమాలు వరుస చెడిన
నెంతవారల నైన వేధించు నిజము 175

11. సందేహము

కోయల్ చెంచులు కొండలన్ వనుల
తోడ్కొంచున్ చనన్ యాత్రమై
నాయుండున్ తగు నేర్పరుల్ చెలగి
వెన్నంటన్ దివారాత్రముల్
శ్రేయంబుల్ తలపోయుచున్ త్వరితుడై
శ్రీశైల మల్లేశు దీ
క్షా యాగార్థము పోవు చుండె ఘనమౌ
కాంతార చింతాత్ముడై 175

మంత్రి సేనాని మంత్రాంగ మమర జేసి
కోట కాపాడు చర్యలన్ గొనిరి, భద్ర
రాజవిశ్వాస విన్యాస తేజ మెపుడు
వారి బాయదు చేయదు వేరుపనులు 176

కోట భద్రమ? వారి పోరాటములకు
నాలవాలమై సంస్థాన కీల నేల
కూలరాదు, యాత్రల వేళ వీలుకలిగి
యెవరు చెడు చేయవలతురో యెరుగనగున? 177

ఏకాంత వేళ మంతిరి
చీకాకొనరించు హితవు చెప్పుచునుండున్
ఏ కఠిన కార్య విజయమొ
చీకటి సృజయింప తాను చేరునె కోటన్? 178

తండ్రి సైన్యము సాము తగదంచు తొలగింప
బలహీనమై కోట బట్టకట్టె
శాకమూర్ సేనాని చన, బంధుగణమేగ
తేజముడ్గిన కోట తెప్పరిల్లె
మాదిగల్ వీరసింగ్ మానసింగ్ భద్రసింగ్
గణపతుల్‌గా కోట కనులు తెరిచె
మహారాష్ట్ర కోటోజి మార్సోజి నర్సోజి
దళ పతుల్ గా కోట కళలు మిగిలె

సర్వ సైన్యాధికారిగా సరసుడయిన
రాయు మాట తిరుగు లేని వ్రాతయయ్యె
సైన్య చర్యయే జరుగుచో చావుదప్ప
తీవ్ర గతి చేర దరిలేదు దిక్కులేదు 179

ఆ మాటలు స్మరియించుచు
వేమరు పాటులు కలుగక వేగెడు రాజున్
పాముల పడగల నీడలు
కామించెడు గతులు దోప కనలుచు నుండెన్ 180

తాగిరి చెంచులెల్ల తెగ
దాగిరి కోయలు, మత్తు పెల్లునన్
రేగిరి సైనికుల్, వనిని
రేయి భయంకర శబ్ద మీనె, రా
జూగెను తీవ్రవేదనల
చూడ్కులు నాజ్ఞలు చెల్లకుండె "నే
నేగెడు త్రోవలేదు" భయ
నీరసమంటెను గుండె సవ్వడిన్ 181

అడవిని చూడ చెంచులకు
నమ్మను చూచిన యట్లు తోచె మా
పుడమికి వచ్చినా మనుచు
పొంగిరి కోయలు, సొంతనేల కా
లిడి నడయాడితూలి చెల
రేగిరి మూగిరి ప్రేలు చుండిరా
యెడ ప్రభు గుండె జారి భయ
మెక్కెను నేరుగ పుర్రెలోనికిన్ 182

రాజుకు నిద్రలేదు, భట
రాత్రికి ధాత్రికి నిద్రలేదు, పెన్
మోజుకు నిద్రలేదు, వని
మ్రోగెడి గొంతుల నిద్రలేదు, రే
తేజము వెల్గులీనునొ
విదేశపు మృత్యువు సంక్రమించునో!
రాజు భయమ్ము, సైనికుల
రక్తి, వివర్ణము చేసె సూర్యుడున్ 183

సైన్యము సైన్యమై తగిన
సత్వము పూచెను, రాజురాజునై
దైన్యము తేలిపోయెను,
ప్రధర్మములూనిరి సైనికోత్తముల్,
మాన్యత నొందెరాజు, తగు
మన్నన పొందిరి సైన్య సేవకుల్
ధన్యత కల్గె రేనికి
ప్రదాన పథమ్మున సూర్యుడాడగన్ 184

ఒకసారి భావించు వికసితాననరేఖ
సైన్యమ్ము తనమాట సైచుననుచు
ఒకసారి తపియించు వికటితాతురతతో
సైన్యము తనదారి సాగదనుచు
ఒకసారి వెలుగొందు సిక పువ్వు వికసింప
మంత్రి వర్యుని మాట మారదనుచు
ఒకసారి దిగులొందు సకల సైనిక శక్తి
రాయుండు తనత్రోవ పాయుననుచు

రెండు వైరాలు చెలరేగి గుండె ఖండ
ఖండములుగ దండింప చీకాకుపడును
రాయుపై మంత్రి కోపాగ్ని రాజు గుండె
కాల్చె సంతుష్టి చెరచె నింకాగబోదు 185

శివునిపై చిత్తమున్న సుస్థిరముగాదు
కోటపై రక్తి వింత పర్యాటకంబు
వినతి శ్రీశైల మల్లికార్జుననకైన
కనుల కాగడాల్ కోటపై పెనగుచుండె 186

రాజు హృది నగ్ని ముట్టింప రగుల జొచ్చె
మనసులో మంత్రి వెలుగంగ, కనలి కాల
జొచ్చె రాయుండు, మంత్రియే చిచ్చులబడి
మాడ, సేనాని పరిహాస మాడసాగె 187

ఆటల చేతలన్ హృదయ
మగ్గి రగిల్చియు మంట బెట్టగా
కోటకు చేరె నాయుడతి
ఘోర విషాద విచార దగ్ధుడై

మాటల కందనంతటి
ప్రమాదము తప్పక వచ్చునంచు మో
మాటము లేక చర్య గొన
మాన్యుడు చింతిల సాగెనంతటన్ 188

★★★

12. నిర్మాణము

అనియెన్ నాయుడు మంత్రి రాయు ఘను
నాహ్వానించి "దేశాంశముల్
ఘనతన్ మించెను, క్షేమసంపదలు
యోగాతీత వృద్ధిన్ గనెన్
జనులున్ నీతిని పొంది రాపదల
దోషమ్ముల్ నశించెన్ గతిం
చెనికన్, సైన్యము తగ్గ జేసినపు
డాశించంగ మేలుండెడిన్ 189

సైన్యము తగ్గిపోవ శుభ
సంపద నిల్చును, తగ్గు ఖర్చు, కా
ర్యాన్యము చేయవచ్చు, విజ
యమ్ములు గుర్రము లెక్కు, పౌరులున్
ధన్యత నొందవచ్చు, జన
ధర్మ పరాయణతత్త్వ వీథులన్
మాన్యత కల్గు" నంచు నగె
మర్మము కర్మము దందడింపగన్ 190

"శాంతి సమయమందు సైన్యమక్కరలేదు
ధర్మ కార్యములకు ధనమువలయు
యుద్ధ భయము వ్యయము నుద్ధృతి బెంచగా
కోడి పిల్ల గద్ద గోళ్ళ జచ్చు" 191

మంత్రి తందాన తానాలు మరులు గొలుప
రాజు పరవశుండయి నిల్వ రాక నిలిచె
నాయు హృదయమ్ము కనుపించె రాయుడదిరి
చెప్ప దొడగె నంత మనస్సు విప్పి సుంత 192

“కత్తి కలవాని కనుగొన్న మిత్తి కూడ
కాలు కదుపదు నిలువదు కనుల యెదుట
కత్తి లేకున్న బయలాట చెత్తగాడు
నెత్తి కొము మొల్చి తయితక్క లెత్తుకొనును 193

సైన్యమ్ము తగ్గింప శత్రు రాజుల కత్తి
మెడమీద మొనగుచ్చి మెదలనీదు
పనిలేని శిక్షితుల్ పగబట్టి పనిబట్ట
కంట నిద్దుర లేమి కదలనీదు
మనసేన పరసేవ మనుగుడుపులు మెక్క
సుఖ శాంతులును తగ్గి శుభమునీదు
గోల్కొండ సుల్తాను కుంఫినీ దొరగుంపు
కొంపముంచెడి చూపు కునుకనీదు

శాంతి సమయాన సైన్యమ్ము సకలధర్మ
కార్య నిరతమై నిర్మాణ చర్యలూను.
రాజు బలము ధనమెకాదు, రక్తముడుకు
సైనికులు, వారి తగ్గింత చావుదెబ్బ 194

కొలనులును గుళ్ళు గోపురాల్ కోరుప్రభువు
సైనికుల అండ శుభకార్య సమితి చేయు
జనులు సంతుష్టులైనచో జయము కలుగు
పుణ్య పురుషార్థ వాహినుల్ పొరలివచ్చు” 195

మంత్రి నూరి పోసిన రంపు మత్తు దిగెను
రాజు నాలోచనములు పోరాడసాగె
గుడులు నిర్మింప మొనగాడు వెడల, దండు
వెడలు, సుఖశాంతులత్తు, ప్రాప్తించు జయము. 196

స్పష్టముగ గుడులు కొలనులు
నష్టోత్తర శతము గట్ట ననుమతి నొసగెన్
స్వేష్టాభిముఖుడు రాయుడు
కష్టము లెన్నేని లెక్క కనకయ కదిలెన్. 197

కోయరాజుల, చెంచుల, కొమరు మిగుల
వీర మహరాష్ట్ర యోధుల ధీరవరుల
మాదిగల సింహ బలతేజ మాన్యమతుల
రాయు వెంబడి పంపె నిర్మాణకృషికి 198

అమరావతీ పట్టణామర లింగేశ్వ
రాలయ ప్రాకార రక్ష యతడు
మధురమోహనమూర్తి మంగళాద్రి నృసింహు
గోపుర ప్రభనిల్పు కొండయతడు.
వైకుంఠపురములో ప్రాకట శ్రీవేంక
టేశ్వరు న్నిలబెట్టు డెందమతడు
చెలగి బ్రహ్మను దెచ్చి చేబ్రోలు గుడిలో ప్ర
తిష్ఠించి పూజించు దీప్తి యతడు

లలిని శ్రీభావనారాయణుల శిల నగ
ప్రీతి పొన్నూర స్థాపించు జ్యోతి యతడు
చింతపల్లిలో గుడికట్టి శివుని నిల్పి
నిత్యపూజలు చేయించు నిష్ఠయతడు 199

గుడులు కోనేరు లూరూర కూర్మి నిలిపె
కట్ట ధనమిచ్చినది నాయు కార్యదీక్ష
కట్ట కృషి సల్పినది రాయు కవన పటిమ
కట్టినది సైనికుల కాయకష్టమహిమ 200

మూడేండ్లు రెక్కలు మొలవ
నాడుచు నాకాశ వీధి నవనీశులదొ
వీడని కీరితి వెలుతురు
వేడుక విరజిమ్మె పేర్మి వెన్నెల వాకల్ 201

ఒకచోట కనిపించు సకలసద్గుణ కీర్తి
పగులు కాయల పత్తి పంటవోలె
ఒకచోట వినిపించు నకలంక గీతమై
పల్లెమాటల నూరు పాటవోలె
ఒకచోట సుమియించు వికచచంద్రికదీప్తి
మేలుపుప్పొడి తీపి పూలవోలె
ఒకచోట రవళించు నూహనర్తన మాడు
కాలియందెల మ్రోగు గజ్జెవోలె

రాజు కీర్తి సుద్దు రాజిల్లి వినవాయె
రమ్య గీతి నురలు రసములట్లు
గుడులు గోపురాల కొలకులూరినయట్లు
రాజ యశము దిశల తేజరిల్లె. 202

ప్రజ ప్రశంసించె రాజు వైభవము మిగుల
రాజు గుర్తించె రాయుని శ్రమకు జయము
దేశమంత నాయుని కీర్తి దిమ్మదిరుగ
రాజు దీవించె సేనాని రసవిభూతి 203

ఒక్క ముహూర్తమందు నరు
డొక్కడు వేల్పుల నూట యెన్మిదౌ
మొక్కు గుడుల్ కొలంకులు
విమోహత దీరగ నిల్పెపూజకై
ఒక్కడు సూర్యదేవుడు
మహోదయుడెత్తు కరాల ప్రేమలో
చిక్కని జీవరాశులకు
చింత తొలంగవెలుంగు నట్లుగాన్. 204

ముదమందె నాయుండు నుదయాద్రి సూర్యుడై
కీర్తికాంతులు నేల క్రేలు చుండ
సుఖియించె నాయుండు శుభశుభ్ర చంద్రుడై
వెలుగు వెన్నెల వాక వెలయుచుండ
దీపించె నాయుండు దేవేంద్రుతమ్ముడై
అమృతమ్ము జడివాన నలరుచుండ
ప్రేమించె నాయుండు పెను కామధేనువై
స్థిరసంపదల సుధల్ పొరలుచుండ

నాయు గుండె గంతులు మాని నడువలేదు
రక్త ముద్రూతలను వీడి రగులలేదు
కనులు సౌందర్యము తొలంగి కాంచ లేదు
తనువు సయ్యాటలను మాని తనియలేదు 205

అతని సంతోష సాగర మంతులేదు.
అతని యానంద సుఖయాన మాగలేదు.
అతని తనునౌక యలలీల నదరలేదు.
అతని హృదయ తృప్తికి మేరలమరబోవు. 206

రాయు గన నాయు రసగీతి రంగమెక్కు
రాయు నన నాయు వాక్శక్తి రభసమెచ్చు
రాయు ముఖచంద్రు వెన్నెలల్ నాయు నూపు
రాయు శ్రమజన్య సుఖదీప్తి నాయునెత్తు 207

“నేనానందముల వనధి
స్నానంబాడుటకు నీవు సాధనమవు, నా
ధ్యానము తడిపెడి కీరితి
వానకు వరుణుడవు నీవె వర సేనానీ!” 208

★★★

13. అభిమానము

అంత నాయుండు స్వర్ణ సింహాసనమ్ము
డిగ్గి, రాయుసన్నిధికేగ, దిగ్గురనుచు
లేచి సేనాని నిలుచుండె, లేచె సభయు
లీల నాయుండు రాయు మీసాల జూచె 209

నల్ల దనాన చీకటిని
 నల్ దెసలం బడగొొట్ట జాలు సం
పుల్లము, దట్టమై, యడవి
 పూర్ణ సుసాంద్రత కూల్చుశక్తిమై
యుల్లము పొంగులెత్త నిశ
 లూదగ పుట్టిన పుంస్త్వతేజమై
చెల్లెడు మీసముం దడిమి
 చెన్నుగ ద్రిప్పగ జూచె నాయుడున్. 210

వినయము పొంగి పొర్లగ
 వివేక విశారదుడడ్డి, ప్రేమతో
ననునయ రీతి గెల్వ వడి
 నాపెను, నాలుగు చేతులొక్కటై
పెనగిన వేళ కొల్వు కడు
 వేడుక రేగగ నూగులాడెడిన్
కనవన లేని దృశ్యములు
 కాంచెను, వించెను ముద్దు మాటలన్ 211

"నా మీసము నా రోసము
మీ మీసము మీదు రోస మీశ్వరు కృపచే
నా మీసము నే ద్రిప్పిన
మీ మీసము మీరు ద్రిప్ప మేలగు జగతిన్ 212

నా మీసముల పయి కదల
గా మీ చేతులు మురికిని క్రమ్ముకొని చనున్
నా మీసము లిటు దిప్పిన
క్షేమము రోషమిగురొత్తు కెరలున్ మనముల్ 213

మీ మీసము నే ద్రిప్పిన
ధీమా చెడు, రోషదీప్తి తెరలదు, మీరీ
ప్రేమన్ మెలసెడి మీసము
కామిత మీదు, ఘనతర వికాసము తేగా. 214

నా మీసము నెవ్వరయిన
ప్రాముదు లొప్పను, పరులును రాయరు దీనిన్
నీమము నెనరును నాకిది
కోమల నుతకీర్తి! యంట కూడదు మీరల్ 215

మీసము ద్రిప్పు నంతటి
ప్రమేయము లేదు, ప్రమోదచర్యలే
చేసితి, గోపురాల్ గుడులు
చేకొని కట్టుట దైవకార్యమే
మీసము కూడ యుద్ధముల
వేడుకలేనిది, రోషమార్గముల్
తీసిన తోవకాదు, మెలి
ద్రిప్పగ మీసము తాక సాధ్యమా? 216

చేసినది నేలపని, సేన చేతకాదు
కట్టినది దేవుగుడి, యుద్ధగాథ కాదు
కూల్చినది తల్లి యిల, శత్రుకోటికాదు.
మీసముల దిప్పు ఘనకార్యమేమిలేదు" 217

నాల్గు చేతులు ముడివీడి నడువలేదు
నాల్గు పాదాలు నడయాడి నాట్యమాడె
స్వర్ణ సింహాసనారూఢి ప్రభుడెరింగె
అతడు కూర్చుండ సభయెల్ల నణగియుండె 218

నాయుడు మారు పల్కుటకు
నాలుక నట్టిటు తిప్పలేదు, మేల్
రాయుడు దించియెత్త తల
లాస్యము చేయదు, కొల్వుశీర్షమున్
నాయుని యోర్మికిన్ వినయ
నమ్రత జూపెను, పూజ్యగౌరవాల్
రాయుడు ప్రోది చేయనగు
రాజుకు మొక్కిరి పుణ్యమూర్తులున్ 219

మచ్చిక నాయుడు పలికెను
"నచ్చిన వాత్మాభిమాన నవజీవనముల్
మెచ్చితి హితులును దాకని
యచ్చపు మీసముల తీవి యాత్మకు నచ్చెన్" 220

ఉరుములురిమెనా, మెరిసెనా మెరుపులెల్ల
పిడుగు పడినదా యనురీతి బెట్టు సడలి
యవని పులకింప నాయుండు హస్తమిచ్చి
రాయు తోడ్కొన కొలువు నిర్ఘాంతపడెను 221

★★★

14. పరాభవము

వ్యాయామ శాలా విహార భూమికి మొక్క
కుండంగ వేగు నూకొట్టలేదు.
ఉదయ సంధ్యావందనోర్మి పాలింపక
పొడుపు కొండను పొద్దు పొరలలేదు
వ్యాస పీఠిక తాళపత్ర సంచయ మెక్కి
పరుగులెత్తక తెల్లవారలేదు
ఘంటమే కవనమై గజ్జె కట్టక నిల్వ
తొలి సంజ తెలిరేక దొరలలేదు

పుడమి పాలించు సూర్యుండు పొడమి రాగ
దానధర్మాల రాయుండు తరలుచుండు
కాలచక్రమ్ము గుడిగుండె కీలు ద్రిప్ప
నిత్య సంసిద్ధ రాయుండు నిలుచుచుండు 222

రాశుల్ రాశులునై నవీన గుణముల్
రాసాగె సేవింపగా
దేశంబెల్లను దాటి ఖ్యాతి నుతమై
తేజంబు దీపింపగా
ఆశాపాశము లేనిరాయు సుకుమా
రాత్మాప్తి వ్యాపింపగా
ప్రాశస్త్యమ్ము ననంగ వైరులకు నో
రాడంగ లేకుండెడిన్ 223

కట్టన్ బట్టలు లేని హీనకులుడే
కర్మేష్ఠి పేరొందునా?
చెట్టుల్ పుట్టల బట్టి పోవు శని
యిచ్చేతల్ పునీతమ్ములా?
తిట్టం దిట్టుల దిట్టు మంత్రి వరుడా
తేజంబు క్షీణింపగా
నెట్టం జూచును మానహాని జలధిన్
నేతృత్వ దుశ్చింతలన్ 224

పంచె కట్టుటలో ప్రపంచంబు వలపించు
నేర్పున్న తెలినూలు నెయ్యుడతడు.
నడకలో సమతూక మడగి మద్దుల నొత్తు
జలతారు జరిజారు చలనమతడు
స్వారి గుఱ్ఱము మీద జారి పోవని శాల్వ
మడత వీడని మేలిమంత్ర మతడు
కుండలాల్ విచలింప కురుల వంపులు నూగ
పంచె వన్నెలు రేగ మించునతడు

చనగ పంచెలో తనువేమి కనగరాదు
రాయు కట్టులో నడకలో రాచఠీవి
ఉట్టి పడుచుండ నెటులైన తట్టి పడగ
జార, రేగ, నూడగ చూడగోరు మంత్రి 225

కొలువు కూటాన కూర్చుండు కూర్మిజనులు
నర్తక కవిగాయక ముఖ్యనాణ్యమతులు
వినుత పూజారులను బిల్చి మునుము బెట్టి
"వాడు పంచె పైకెగబీకు" కీడుగోరె! 226

ఇంటి ముంగిట పేడలింతలంతలు వేయ
తప్పించుకొని దారి తరలువాడు
తోవ పొద్గున పెంట దొంతరల్ పేర్చగా
కాలికంటక నడ్క నేలు వాడు
బాట చాలుల పైన పరచు పంకము దాటి
మట్టి యంటని కాలి మెట్టు వాడు
నిమ్మ వెంట్రుకలుప్పు చిమ్ము కుంకుమ పస్పు
నెరనీళ్ళు దాటి యోచించువాడు.

ఎంత కంగాళి? పంచె పైకెత్తలేద
దెంత దుర్బుద్ధి? ఫలితమ్మదేమి? సున్న!
రాయునకు సర్వమవగతమ్మాయె గనుక
మంత్రి వర్య ప్రతాపంబు మట్టి గరిచె. 227

మంత్రి పురుషోత్తముడు సభామంత్రమరచి
మాన మర్యాద చెరపంగ పూనుకొనెను
కొలువు కూటమిన్ నగుబాటు కూర్పనెంచి
సమయ సందర్భములు చూచి సరుదుకొనెను. 228

"దేవర! సైన్యనాయకుడు,
దేశము నేలగ సేన ముఖ్యమే!
భూవర! శీర్ష శోభ చెడ
పుణ్యశరీరము చెడ్డకోవెలే!
ధీవర! పెండ్లి లేనపుడు
ధీరుల చేష్టలు చూపశక్యమా?
పావక! రాయు జబ్బు ప్రభు
పావన నామము పాడు చేసెడిన్!" 229

నాయు డాసక్తి మెయి జూడ రాయుడునగె,
తగిలె నవు, నాయు నడినెత్తి రగిలె మంట
మంత్రి వాక్ శక్తి కథనోక్తి మరులు గొలుప
మరల నుడువంగ సమకట్టె నురలు ప్రీతి 230

"యౌవన బుద్ధులున్ పడు
ప్రయాసలు భ్రష్టుల పాడుచేయు, మీ
పావన సైన్య పాలనము
భద్రత నిచ్చును, క్షుద్రకాంక్షతో
జీవన దీపమార్పి చెడు
చీకటి తప్పుగ వేశ్యగూడ, నే
తోవల తప్పు చేరునొ, స
ధూర్తత కీర్తిని కుప్ప గూల్చెడిన్ 231

బలుడు సేనాని చెడు జబ్బు పులుముకొనెను
ధన్యు తనువెల్ల రోగమాలిన్యమంటె
పుణ్యు తొడమీద రాకాసి పుండుపుట్టె
బాగు కాదు మృత్యువె రాయు పండబెట్టు" 232

నాయుగని రాయుడాగాగి నవ్వినాడు
రాయుగను నాయు డిలగాలి రాజినాడు
"చిత్త మిగురొత్త పంచె పైకెత్తు మనుడు
పంచెలోన దాగిన బైసి బయట పడును" 233

రాజు సేనానితో బల్కె "రాత్రి తప్పు
చెప్పవచ్చు నొప్పికొనంగ చెల్లు"ననుచు
"తప్పులేదు, నాకే తప్పు ముప్పులే "ద
టంచు సేనాని బదులాడ నవని వణికె 234

"ఏమి? పనియేమి? పంచె పైకెత్తి చూప
వచ్చు, సైనికుల్ నిట్టూర్పు వదలవచ్చు
ప్రభువు సంతోషమును బొందవచ్చు, ప్రజలు
కొలువు నిశ్చింత శాంతితో నిలువవచ్చు" 235

"చూపు" మనెరాజు, నగి మంత్రి చూచె, సభయు
బెదరి చూచె, భటులు కుంగి యదరి నారు
"పంచె పైకెత్తు పని మాకు వలను పడదు
పంచె తొలిగించుటల మాకు పాడిగాదు" 236

రాయుడనగనే వినుమంత్రి రభసమెచ్చి
"జబ్బు లేకున్న చూపింప జంకనేల?"
"జంకుకొంకు గా దవమాన చర్యవలదు"
కఠిన కంఠార్తి వినిరాజు కాంతి దరిగె 237

"పంచె తొలగించి తొడ చూప వలతునేను
దోషమిసుమంత కనరాని దూరులేని
యప్పు డవమాన కరునకు చెప్పు శిక్ష"
అంచు సేనాని నగినంత నదిరె కొలువు 238

"నిందలు తొలగిన చాలును
అందమ చందమ విరక్తి ననిపెడు శిక్షల్?
వందలు వేలుగ శిక్షలు
పందలకగు సత్య ధర్మ పథమును కావన్" 239

రాజుమాట విన్న రక్తి మంత్రికి కల్గె
"మంచి తేటమాట మనిపెరాజు
నొప్పి కొనిన దోష మప్పున్ బడగబోదు
జబ్బు లేని యెడల నుబ్బు చెడదు" 240

"దోషమారోపణము చేయు దుష్ట మతికి
రుజువు కాకున్న ప్రతిశిక్ష రువ్వటొప్పు
అంతె! జబ్బొప్పు! పుండులేదంచు చూప"
ననగ రాజుల్కిపడి గగనమ్ము గనియె 241

"ఒప్పుటొ చూపుటొ తప్పదు,
ముప్పగు రాజాజ్ఞ మీరి ముందుకు చనుటల్,
తిప్పలు తథ్యము, తెలియగ
జెప్పితి" నంచు ప్రభు యుక్తి చెండుచు నుడివెవ్ 242

"జబ్బులే దొప్పి చూపుట సాధ్యపడదు
తిరుగ రాజాజ్ఞ సేనాని తీర్చవలెను
దండు మొనగాని పనిమాను తరుణమందు
రాజు నాజ్ఞను పాటించు రాతరాదు" 243

"మంత్రి వాదమ్ము రుజువైన మంత్రి పదవి
రాయు వాదమ్ము నిజమైన రాయు పదవి
నిల్చు, కానిచో" "క్షమ కోరనిండు రాజ!"
అంచు రాయుండు నిలిచి యర్థించె ప్రభుని 244

"మంత్రి కొలువూడి చన నేను మరులు గొనను
ప్రభువు హృదయమ్ము సంతృప్తి పరుపవలతు
పాపయారాధ్యు గెలువగా పంచె తొలగ
దీసెదను ఘోర పరిభవార్తిని సహించి" 245

"పాపయారాధ్య! పుండున్న పాదుతొడను
చూపు" మన, మంత్రి సేనాని దాపు కురికి
వాద ముపసంహరింప ప్రమాద మనుచు
"నిదిగొ యిచ్చట" యంచు వేలెత్తి చూపె 246

“చినతనమ్మున తల్లి శిరసంటి నీర్వోయు
దిసెమొల పసికి మీదిష్టిదగులు
కట్ట బట్టలులేని కటికి పేదల లజ్జ
కడతేర్చు నూల్ గోచి కాటువేయు
బస్తా వలె బిగించు వస్తాదు లంగోటి
కసరత్తు జబరదస్తుసురు గొట్టు
మనసైన జవరాలి మధుర వాంఛలు పండ
దుక్కి నాటెడు విత్తు దుఃఖపోవు

చూపరాని చోటు చూపించ వేధించు
మంచి మనసు నేటి మంత్రికుండె
సిగ్గు బిడియ మడచి చింతవంత విడిచి
వచ్చి పుండు చూడవచ్చు మీరు” 247

రాయుడు పంచెపై కెగయ
లాగును గర్వమడంగు, సిగ్గు పో
గా యమ దూకుడున్ వదలు
కాలు విలాసము, బుద్ధివచ్చు, వే
షాయత రేఖ పోవును
విషాదము క్రమ్మును, కీడు మూడు, నా
శాయుత మంత్రి పుంగవులు,
శాంతుడు నాయుడు చూచుచుండగన్ 248

రాయుడు నిల్చినాడు, కనె
రాజును, పిల్చెను మంత్రిమాన్యునిన్
“గాయము ఖాయమైన పడి
గాపులు మానుడు, చూచి పొందు మీ
న్యాయము మీకు చెల్లు” మొల
నాడెడు చేతులురెంట పర్రునన్
మాయగ చించె పంచె “కను”
మంచు నిటారుగ నిల్చెరాయుడున్ 249

చూచిన నాయుడు నవ్వెను,

చూచిన మంత్రివరు డేడ్చె, చూడగ పీడై
చూచిన బ్రాహ్మణు లేడ్చిరి
చూచుచు సిగ్గు బిడియములు చూపిరి శూద్రుల్ 250

"రాయుడ! నిరామయుడ! నీకు న్యాయమగును
కొలువు కొలువంత నీక్షమన్ కోరుకొనును
మంత్రివర! గురు పుంగవ! మాటచెడెను
తప్పు నొప్పికొమ్మభిశంస మొప్ప దీరు" 251

"కొంత పొరపాటు వినియుంట, కొంత యీర్ష్య
కొంత బుద్ధి హీనత, కొంత చింతలేమి
తప్పు చేసినాడను ప్రభూ! చెప్పురాయ!
నన్ను మన్నింప వేడుదున్ నటనకాదు!" 252

"రాజ్యమున్ రాజులన్ రాత్రింబవళ్ళు మేల్
కాపాడు నను రాజు కాచుటెట్లు?
పరమమంత్రిని కూడ వర్ణ కుత్సిత బుద్ధి
నడిపింప జన శక్తి నడుచుటెట్లు?
స్త్రీ మూర్తులను నింత తేరి చూడని నాకు
తొడకెక్కు చెడుజబ్బు తొడరుటెట్లు?
నను నేను రక్షించుకొనలేని శిక్షతో
నిందు కొల్వున గెల్చి నిల్చుటెట్టు?

లింత యవమానమును నే భరించుటెట్టు?
లింత కౌటిల్యమున నే చరించుటెట్టు?
లింత దౌర్జన్యమును నే క్షమించుటెట్టు?
లింత దుర్మార్గ వృత్తి ప్రేమించుటెట్లు? 253

"ద్రుపద పుత్రిక వస్త్రాలు తొలగలాగ

మర్మ భాగాలు చేతులు మడువ నగును
కర్మభూమిలో సేనాని కరములుండి
దాచుకొనక చూపించు యాతనలు కలిగె" 254

"నిజము మనువాడ! మొనగాడ! నీతి పరుడ!
నిన్ను ద్వేషించి దూషించి నేను కొలువు
నేరములు చేసి చెడునేత నేసినాము
బట్ట చిరుగులో మాహృదుల్ చుట్టు కొనుము" 255

అంచు నాయుండు కొలువెల్ల నమర జూచి
"మమ్ము క్షమియించు దయను ప్రేమమ్ము కురియు"
మనగ సభయెల్ల నిలుచుండి యంజలించె
రాజు నగ, దీనతన్ మంత్రి రంగు చెడెను. 256

★★★

15. ఆక్రందనము

భూదాన గోదాన భూరి సంపత్ స్వర్ణ
గోగర్భ దాన సంకోశమెవడు?
హరిదేవ హరదేవ హరిహర బ్రహ్మలన్
గుడులు నూరులు గట్టి కూర్చెనెవడు?
అన్నదానము నగ్రహార దానము తులా
భార యజ్ఞ సుదాన భాగ్యుడెవడు?
గ్రామముల్ గట్ట, సత్రములన్ కొలంకులన్
నిలుప జేసిన నిత్య నియముడెవడు?

ఇల హిరణ్య గర్భ మఖమ్ము వెలుగ నెవడు
రువ్వెను? మయూర వాహనారోహణమ్ము
రేపెనెవడు? రాజా వాసిరెడ్డి వేంక
టాద్రి నాయుండవని మహోరుద్ర సముడు!! 257

పంచాక్షరీ మంత్ర పరమోపదేశికున్
ప్రముఖ పావన పీఠి పరగజేసి
పాపయారాధ్యుడన్ వరమంత్రి కవిముఖ్యు
వినుత వేదికమీద ఘనత నిల్పి
పాండిత్యమండితున్ ప్రబల సేనాపతిన్
భద్ర పీఠిని స్థాన ముద్రనునిచి
అంతన్న కాళిదాసాది మంత్రి వరుల
నున్నతాసనముల నుండజేసి

కళల పురుటింట సభ చేయు కవుల దీర్చి
బుచ్చి వెంకు, విరూపాక్షి పుణ్యమతులు
రామచంద్రుండు పట్టాభిరామరాజు
రంజిలిరి ధర్మ రత్నాక్షరాలపగిది. 258

సప్త సంతానములు గల్గు సాత్త్వికుండు
ధర్మకార్యాల తనివొందు ధన్యతముడు
భువన విజయమ్ముబోలు 'సుధర్మ' యందు
సుకవితా గోష్ఠి కలిగించు సుఖమునొందు 259

సంక్రందను నాక్రందన
సంక్రమ మొసగిన విలాపచర్య 'యహల్యా
సంక్రందనము' ను శాఖా
చంక్రమణముగా పఠనము జరుపుచు నుండెన్ 260

పాపయారాధ్యు కవనపిపాస పెరిగె
సతి యహల్యాశప్త సుతప్త సాధ్వి యేడ్చె
కనులు చెమ్మగిల్లగ కావ్యకర్తయేడ్చె
నిండు కొలువు మౌనపు ముద్ర నించి మిగిలె 261

దేవేంద్రుని వ్యభిచారము
భావింప, తనూ నయన వివాదము మారెన్
కావించెను తొడపుండును
రావలె రాయేంద్రులై పరార్థ్య సమాధిన్ 262

"అందరు నానందాబ్ధిని
చిందిరి, సేనాని మౌన చిహ్నితుడయ్యెన్
విందగు రాయుని వాణియు
డెందము పులకింప" నంచు డిందెను రాజున్ 263

"ఇంద్రు వ్యభిచార మంట గట్టించె నాకు
వారి తన్వక్షులను మదీయోరుశల్య
మనిరి, నేనే మహేంద్రుండ! మంచిమాటె!
కాల్పనికతలో వాస్తవికతయు గలిసె 264

రామకథ యహల్యావ్యథల్ రచ్చవినిచె
హలమనగనేమి? భూవరా! హల్య యేమి?
మరి యహల్య యేమియిది? రామాయణమ్మ?
కాద? వ్యవసాయమ? మరేమి కాదస్వామి 265

వినుడ హల్య మానవియకాదనుట కాంచు
డది పుడమి – నేల – బంజరయ్యవని సాగ
దున్ననౌ పండనౌ, పంటదొంగ వజ్రి
పంట నష్టి రైతుముని, శప్తశిల దుక్కి 266

కొలువు నిర్ఘాంత పోయె, కవులును మౌను
లయిరి, రాజు నాలోచనాలహరి దేలె
మంత్రులకు సంఘ సాహిత్య మమత పెరిగె
మధుర పాపయారాధ్యుని మాట పగిలె 267

"పోలికలు దెచ్చి మాట్లాడి ప్రొద్దు బుచ్చ
దోషములు చెప్పి, గుణకోటి త్రోవవీడ
సాధ్యమే! కావ్య సృష్టితో సభకు వచ్చి
చదివి సెహబాసు వినువాడె సాధకుండు" 268

అనగ విన్నరాయు డాత్మ దీప్తిని చెప్పె
"కావ్యపటిమ సృష్టి కర్త నగుదు
మూడు నెలలలోన నీడె కావ్యమునిత్తు
ప్రశ్నలకును బదులు పలుకువాడ" 269

కవులు, పండితుల్, మంత్రులున్, గాయకులును
సర్వ సైన్యమ్ముతోరాజు గర్వ పడగ
రాయుడు తన కావ్య పఠన రాజసమ్ము
వినిచె కొలువు కూటమి వింతగనుచు మిగిలె 270

మెచ్చిన వారులేరు, మెర
మెచ్చులు పల్కినవారులేరు, పెన్
లొచ్చులు చెప్పలేరు గుణ
లోపము పల్కిన వారులేరు, చే
పిచ్చిన కామధేనువులు
పిండిన పాలునులేవు, నాగు బా
మిచ్చిన చేదులేదు, సడి
మీరక చంపెదు పూజ్యులందరున్ 271

తెలియని వారలు పలుకరు
తెలిసిన వారును గుణములు దెలుపరు, భయమో
అలసతయొ మౌనహననమొ
తెలియదు, దోషమ్ము గుణము తేలవు సభలో 272

అచటి నిశ్శబ్దమునకు నిప్పంట బెట్టి
కాంతి ముఖుడైన రాజు వికాసవాక్కు
వినిచె "కాలప్రయాణమ్ము" విశ్వవీథి
రాయ! మామూలు కృతియనరాదు నిజము 273

ఇద్ది యాలోచనాత్మక మిద్ది నూత్న
కావ్య సామ్రాజ్యము, కథన గతికి గుండె
కథయె, నిజము కవ్యాదేశ కళయ మిగిలె
శివుని తాండవ నృత్యమ్ము చేసె కవిత 274

"ఆంధ్ర దేశాన మతతీవ్ర యాత్రరేగి
మనుజ హృదయాల దయమాలి మాడ్చి చనియె
పంచములు గుండె మంటల వంచననది
నీదుట నిజమై త్వరగ గట్టెక్క గలరు" 275

16. అనివార్యము

"దొంగతనాలు పాములయి
దూర, ప్రజల్ విషమెక్కి పల్కి "రా
డంగి తనమ్ము రాజు నొసటన్
లిఖియించెన? కర్రకత్తు లె
త్తంగను శక్తిలేద? ప్రభుతల్
విరమించెన పాలనన్? మహో
త్తుంగ తరంగ పంక్తి పడి
తుడ్చున కొల్వును? నిద్రలేవరా?" 276

ప్రజల ఘోషోద్భూతి ప్రభుని నిద్దురలేప
పెద్ద దొంగల నొష్ట పొద్దు పొడిచె
రేయి దొంగల కళ్ళు రేజీకటులు క్రమ్మ
పగటి పూటల గుడ్లు బైర్లు గమ్మె
ఊరి దొంగలు కుంకి దారిదోపిడి పొద్వ
గస్తీల సెగబెట్ట సుస్తిచేసె
పిండారు లెండిపోన్ పిడికత్తు లగ్నులన్
కురియంగ జ్వలదగ్నులురులు పన్నె

సంప్రదాయ చోర సంతతి గతిమార
కొత్త దొంగలెట్టు లెత్తినారు?
ఘోరకర్మ లెన్ని కోరి చేయగలరో?
కడుపు చిచ్చు భీతి కందబోదు 277

చెంచుల కోయల దొంగల
పెంచిన సంస్కార శక్తి పేరిమి చెడియెన్
పంచిన సైనిక పదవులు
కొంచెమయిన సుగతి నీయకుండెను మేలై 278

సైన్యము కుదియించు సాహసాత్మక చర్య
పట్టుదప్పిన రచ్చపట్టు దప్పు
దొంగ సైనిక బృంద దుష్ట దుర్మార్గాలు
తగ్గించు కృషియెల్ల దారిదప్పు
చెడ్డ త్రోవల బోయి గడ్డిగాదము మేయు
పసరాల పనిబట్ట పాటుదప్పు
కారా గృహములోన కఠిన శిక్షలు వేయ
కరుణాంతరంగుడన్ కతలుదప్పు

ఫలము లేనట్టి పరిణామ పథము మిగిలె
వ్యక్తి గతహాని రాజ్య వ్యవస్థహాని
తిరుగులేని నీడలు నాయు తరుముచుండె
రాయు ప్రభు భక్తి నిర్ణయ రక్తి జెరుప 279

రాయు రప్పించి మంత్రాంగ రచన చూపె
"దొంగ సైన్యమున్ చెరసాల ద్రోయుకంటె
విడుదల యొనర్చి నిట్టూర్పు విడుచుకంటె
కతము బంధించి తలతీత కాదె మేలు?" 280

రాయుని గుండెమండె, నను
రాగవిషాదపు గంగపొంగె, పెన్
గాయపు తుట్టెరేగె నెద
కాంతులు క్రాలగ చెప్పసాగె "నే
న్యాయము గూడ చంపుయమ
యత్నము కృత్యములొప్పబోదు, నా
నేయము చావుకోరదది
నీతిని మేలును కూర్చు నేర్పునన్" 281

"సైనికుల్ దొంగలై సకల పౌరుల సొమ్ము
కొల్లగొట్టుట ఓర్చుకొనుట యెట్లు?
శ్రుతి మించి యేనాడొ గతిదూలి కోటపై
తిరుగబడిన తప్పు నెరుగు టెట్లు?
గోల్కొండ సుల్తాను కుంఫినీ దొరలతో
సైనికుల్ సరికైన సైచుటెట్లు?
బందిఖానా బెట్టి విందు భోజన మిచ్చి
హెచ్చు ఖర్చులు భరియించుటెట్లు?

"బ్రతుక నిచ్చిన నిడుమల బడుటె మిగులు
చంప కుండిన వచ్చెడి చావునిజము
ప్రజల, ప్రభువుల, రాజ్యాల బలము చెడిన
పాలనము దిక్కు మాలిన పనిగ నగును" 282

"రాజ్యాధి కారమ్ము రానీక బిగదీయు
చపల చిత్తుని మీరు చంపలేదు
కోతి జ్ఞాతిని కొట్టి కోట ధ్వంసము చేసి
పంపించిరే కాని చంపలేదు.
అర్హతల్ లేకున్న నర్ధ రాజ్య మడుగు
శత్రువౌ నాగనన్ చంపలేదు
కుళ్ళు కుట్రలు పన్ని కుత్సితాల్ తలపెట్టు
చంద్రమౌళిని మీరు చంపలేదు

రాజ్య సుస్థిరతన్ గోరి వ్యాజ్యములను
నడుపు శత్రులన్ బంధించినారె కాని
చంపి కసి దీర్చు కోదు మీ సహన శక్తి
నమ్మి సేవించు వారలన్ కుమ్మ దగదు" 283

"వారిని జంపిన నష్టము
వీరిని జంపక విడిచిన విపరీతముగా
చేరును కష్టములంతే
మారదు నా నిర్ణయమ్ము మరియేమందున్?" 284

"కోయల్ చెంచులు మంచి తోవ జనగా
కోపంబు తాపంబులన్
మాయల్ మంత్రములున్ గ్రహింపక మహో
మాన్యమ్ము సైన్యమ్ము నం
దీయందగ్గ విశేష గౌరవములన్
దీవింప మేలయ్యె, నా
న్యాయంబుల్ చెడ చంపు కీడు తలపో
యన్నేనశాంతించెదన్" 285

"తప్పదు దేశరక్షణము
తప్పవు రక్షణలాస్తి పాస్తులన్
తప్పవు గుండె దాచుటలు
తప్పవు నిందల బుర్ర మోతలున్
తప్పదు చర్య గైకొనక
తప్పవు తీవ్రతమాత్మ వేదనల్
తప్పవు చంపి పూడ్చుటలు
తప్పవు శాంతికశాంతి దుఃఖముల్" 286

"మీరలు శాంతి కాముకులు
మీరరు ధర్మము గీయుగీతలన్
మారరు ధర్మమార్గముల
మానరు శాంతి పథ ప్రయాణముల్
కోరరు దైవశాపముల
కోయరు పండని లేత పిందెలన్
చేరరు క్రూర భావముల
చేయరు ద్రోహము నమ్మువారికిన్" 287

"నీవు దయా విధేయుడవు
నీతికి జాతక చక్రమీయగన్
నీవు విశుద్ధ తేజుడవు
నిత్యము శాంతిని చేయి పట్టగన్
నీవు వికాస సింధువవు
నిమ్నగ నీటిని చేరదీయగన్
నీవు మదీయ కావ్యమవు
నిర్గత సుందర శక్తి నింపగన్" 288

"చెంచులు కోయలున్ మనల
జేరిరి నమ్మిరి యుండిపోవగన్
కొంచెము కూడ సందియము
కూడని బిడ్డలు దేశరక్షణన్
పెంచిరి, గోపురాల్ గుడులు
పేర్చిరి, తీర్చిరి రాచకార్యముల్
నించిరి గుండె గూడులను
నీతిని, క్షేమము చంపధర్మమే?" 289

"చూచితి నన్ని త్రోవలను
చూపితి దేశపు కష్టనష్టముల్
పూచిన మల్లె పందిరిని
పూడ్చుక తప్పని కర్మ బట్టి, నే
దాచిన దాగబోని రహ
దారుల జేరితి, తప్పదింక నే
వేచితి నింతకాలము వి
వేచనమార్గము సిద్ధమైచనన్" 290

"విదితులు మీరు సాహితికి
విశ్వము, గీతికి నందనమ్ములున్
హృదయము మీది వెన్న, జన
హృత్కమలామల కోమలాత్మ, మీ
యెదగను ప్రేమ వాహినులు
హింసను పెంచవు స్నేహమిచ్చు మీ
ముదముదయింప రక్షణము
ముద్దిడ నిల్తురు చెంచుకోయలున్" 291

"విడుచుట చేతగాదు, పని
వీడుట రాజుకు మేలుగాదు, చే
వెడలుట నీతి గాదు, వృధ
విప్పిన రైతుకు మంచిగాదు, నే
నుడుగుట వీలుగాదు, తెగ
నోడుట రాజ్యము నోముగాదు, చే
నడచుట కంటె నన్యముల
నాదరణీయములేమి చేసెదన్?" 292

"అయినన్ చెప్పగ నేమి లేదు
ఘన దుఃఖాంధుండ కాళ్ళుంగరాల్
బయటన్ బెట్టగ చేతగాని దురిత
భ్రష్టుండ, దైన్యంబులున్
వ్యయమైపోయెను, సర్వవేళల
మదీయాక్రోశ కీలాంజలుల్
నయముం గోరును, శాంతతన్ జయ
విహీనాక్షుల్ నిరీక్షించెడిన్" 293

"మాటలు పెక్కు లేల తగు
మన్నన దెచ్చెడి దిక్కు జేర, మో
మాటము కార్యమీదు, మను
మాటలు చేతల గోరు నీవునే
పూటన కార్య పూర్తి తల
పోయుదువో వివరింపుమా మహో
ద్ఘాటన శక్తి యుక్తుడ!
సగర్వ పరాక్రమ! తేల్చి చెప్పుమా!" 294

"నాకిది చేయరాని పని
న్యాయము గాని విచేష్ట, ద్రోహమే!
మీకిది యోగ్యచర్య యని
మెచ్చిన కార్యమటంచు తోచుచో
మీకగు రీతి మీరు సరి
మేరకు చర్యలు పూనవచ్చు, నా
లోకము కానిచోట నవ
లోకన కార్యము దుష్ట చేష్టయే!" 295

"సేనకు నాయకుండవు
　　　విశేష సుశక్తుల నేలు వాడవున్
ధ్యాన పరుండవీవు భుజ
　　　దర్ప పరాక్రమ చక్రవర్తి! నీ
మానము జ్ఞానమున్ దయయు
　　　మానవ తేజ విలోకనమ్ములున్
దీనుల ప్రాణమే! యయిన
　　　త్రెళ్ళుట తప్పదు కోయ చెంచులున్" 296

"అనుకోలేదు ప్రభాకరుండమల
　　　భావాత్ముండు రాత్రిచ్చుటల్
కనగాలేదు ప్రభుండు సైనికుల
　　　నే ఖండింప నూహించుటల్
వినగారాదు నదీనదాల
　　　రుధిరావిర్భావ కాలుష్యముల్
చనగారాదు సుసైన్యనాయకుని
　　　హస్తాగ్రాన రక్తార్ఘ్యముల్" 297

"నీవిధి నీవు చేయవలె,
　　　నీవువినా తగజేయువారు లే,
రీవిధి చేత నాకు సుఖ
　　　మీదు, విచారమె తోడువచ్చు, కా
నీ విపరీతముల్ గతులు,
　　　నీకును నాకును కాదు మిత్రమా
దేవుడు కూడ చచ్చి చెడి
　　　తేర్చెను తప్పని ఘోరకృత్యముల్" 298

"నేనీ దుష్కృత్యమ్ముల
నేనాడున్ చేయజాలనేమైన సరే,
పోనాడగ లేనప్పుడు
నేనేగగ కోరుకొందు నేడో రేపో" 299

"పోవుట నీకిక కుదురదు
కావు మటన్న నొనగూడు కార్యము గాదే!
త్రోవలు లేవిక, చంపుటొ
నీవని చచ్చుటొ, మనకిక నిజమగురాయా!" 300

నా సైన్యము, మన సైన్యము
మీ సైన్యము నన్ను బట్ట మించిన ఖుషితో
మీ సై దోడులు వచ్చిన
నా సై దోడుల నిలిపిన నన్నాపుదురా?" 301

"ఆపుట కోరుకోను, మరి
యాదగ నాగుట కోరుకొందు, న
న్నాపక యాదుకొమ్ము, స్థిర
మాపద హద్దులు దాటసాగె, నీ
వేపని చేసినన్ మిగుల
వేడుక సేతువు, రాత్రి ముగ్గె దుః
ఖాపగ పొంగి ముంచునిక
ఖడ్గము తీయుము శాంతి కూర్పగా" 302

"రక్తము చిందుట చూడ న
శక్తుడ, చిందించనాకసహ్యము, సరి రా
జోక్తము చేయుము, యుక్తా
యుక్త వివేచనపు చేత లుచితమ్ములగున్" 303

"కాగల కార్యము లాగవు
తేగల వేగులు విషయము దెచ్చిరి, మనలో
రేగవు వీడెడి గుణములు
మూగెను పోగాలము నుసి పురుగుల జంపన్ 304

"తిరుగుబాట్లు పుట్టగనీక తీర్చవలెను.
అదుపు దప్పు సైనిక చేష్ట లాపవలెను.
ఆగ్రహించి రేగెడు సేన నణచవలెను.
ఇంతమాత్రమ్ము నీవాచరింపవలెను" 305

"సైన్య దుఃఖాశ్రువుల దగ్ధ శాంతి కనను.
సైనికుల చావు చూడనే శక్తి లేదు.
సైనికుల భార్య పిలలేడ్వ సైపలేను.
ఎటుల గూడ మీకోర్కె మన్నించలేను". 306

"కవిది గుండె, మంత్రిది బుర్ర, కనలు సైని
కునిది కరము, నాకిమ్మూడు గూడవలయు
త్రయము నీకున్నదని నేను తనియుచుంటి
పేర్మి మున్నీటివని నిరూపించినావు. 307

నాకు సేనానివి, కవివి, లోకమతివి
హితుడవు, మనబంధమ్ము లోకైకనుతము
నిన్ను ప్రేమతో బంధింప నెంచినాను
ధరణి కోటకు పదినాళ్ళు తరలిపొమ్ము" 308

★★★

17. హననము

రాయుతో నాయు సహపంక్తి రాత్రిభుక్తి
ముగియ, దళముతో దళపతి ముందు కరిగి
ఇంటికిని కూడ పోనీక వెంటవెళ్ళి
కోటి దండాలిడి ధరణి కోట దింపె 309

రాయుడు సర్వచర్య లప
రాత్రి పనుల్ గురుతించె, నిద్ది ప్రే
మాయత బంధనమ్మె, పరి
మార్చెడు వ్యూహముగాదు, దాటిపో
జేయగ కుట్ర, తిర్గబడు
చేతలు వ్యర్థము, నిద్రచెట్టుపై
కాయలు వీరు, కోయు పని
గాదు పరాభవ కీలరేగెడిన్ 310

తల్లి దండ్రుల ముందుగా ధరణి కోట
జేర్చె, పన్నాగమింకింత చేదు గలిపె
కోట దుష్కృత్య కాండమ్ము కొరకరాని
కొయ్య, దుఃఖ తీర్థము త్రాగ కొలదిలేదు 311

ప్రేమను త్రోయలేదు, వ్యధ
రేపెడి దుఃఖము మోయలేదు, సం
క్షేమము నిల్పలేదు, భటు
కీడును మోసము నాపలేదు, ధీ
కామన పొందలేదు, హృది
కాంక్షల శాంతత నాపలేడికీ
కోమల సైన్య నాయకుడు
కోటకు పేటకు కానివాడగున్ 312

రాత్రికి రాత్రి చెంచులను
రౌద్రత కోయల కోటలోని సు
క్షేత్ర రహస్య భూగృహము
చేర్చిరి, మంతనమాడు వారలున్
యాత్రకొ దండుముట్టడికొ
యన్నునటంచు నిరీక్ష సైనికుల్
మాత్ర మెరుంగ నేరరు
ప్రమాదము పొంచుట ప్రాణహానిగా 313

పొడవని వేగుచుక్క, దడ
పుట్టగ, పుట్టగ భీతి జెందె, రా
కడ తెలియంగ రాని వెలు
గాకట దూలుచుమూల్గె, మృత్యువున్
నడచెను మెట్ల మీద, వడి
నర్తనమాడెను చావుకేకలై
విడిచెను చీకటిన్నరులు
వీడెడు ప్రాణములెంత తీపియో 314

కాళ్ళుం జేతులు గట్టి సైనికుల
ప్రాకారంబుగా నిల్పి క్రొం
దాళ్ళన్ గుంపులు గట్టి "దొంగతనముల్
దాటంగ రాకుండుటల్
తేళ్ళున్ జెఱ్ఱులనంగ కుట్టి ప్రజ
బాధింపంగ శిక్షార్హతన్
మోళ్ళుం జేయగ నర్కు పుర్రెలెడమై
మొండేలు చెర్లాడగన్" 315

అంచు మరణ శిక్ష విధించు నవసరమ్ము
దెల్పి చంపంగ నన్నూరు నిల్పినారు.
కోటలో నేడ్పు, వాకిట గోడు విన్న
చింతపల్లి నిద్దుర లేచి చేరె కోట 316

నరుక నారంభమును జేయు నపుడు బంది
చివరి కోరికల్ తెలియంగ చేర నరిగి
కృష్ణ నాయకుండను మహాకృష్టి గలుగు
వీర వరు నడ్గె గాద్గద్యమారుచుండ.
317

అచట నుండియె నరికి రమ్మనుట వెనుక
కత్తి తనదాక వచ్చు నాక్షణము నందు
రాజు హృదయమ్ము ద్రవియించి రక్షణమ్ము
కలుగ జేయక పోదన్న కాంక్ష యుండె 318

ధీర మహరాష్ట్ర ముసిలిము వీరులెల్ల
గండ్ర గొడ్డళ్ళు కత్తులు తీండ్ర దాల్చి
చేరిరి వధించు శిల శిరచ్ఛేదనమ్ము
జేయ, లేని సూర్యుండేమి చెప్పగలడు? 319

కృష్ణ నాయకు తలదీయ కేలురాక
గణపతులు దళపతులు కంగారు పడిరి
పర్యవేక్షక నాయుండు బద్ధలయ్యె
బెదరి నరికిరి దొంగనున్ బెడద దీర 320

ఎగిరిన గుంపు పెద్దతల
యేగె విహాయస మార్గగామిగా
గగనము చిందు నెత్తురుల
కాళ్ళను కోటను దాట వీథిపై
కెగసెను చూచు వారలును
కేకలు పెట్టిరి బైటలోపలన్
మిగిలెను చావు రోదనము
మించెను కాలము సూర్యురాకతో 321

ప్రాంగణ మెల్ల రక్త పథ
మాయెను, నెత్తుటి కాల్వపొంగె, వీ
రాంగము లెల్ల గంతులిడ
నట్టిటు లాడెను, నల్లబుర్దలో
కుంగిన మోము లన్నియును
కూలిన వేదనమట్లు తోచె, వీ
రంగము లాగె, రక్తనది
రంగులు మార్చెను కాలకృష్ణకున్ 322

చావుల కేకలుం దెరలు
చంపుడు నర్కుడటన్న కేకలున్
దేవుడు పెట్టు కేకలును
దెయ్యపు బొబ్బల మొండికేకలున్
బావురు మంచు భార్యలిల
బాదుచు దొర్లుచు మోదుకేకలున్
కావుమటన్న కేక చిర
కాలము కృష్ణన మారు మ్రోగెడిన్ 323

మొండెపు గుండె మంట నది
　　　　మూలన జేరగ చల్లనాయె, రా
కుండెను చేపలానుటకు
　　　　కూరిమి కూడు భుజింప, పుర్రెలున్
తిండయి నేల భుక్తిగనె
　　　　తీసిన గోతిని పూడ్చినంత, రా
జుండెను, జ్ఞాపకాలు కురు
　　　　చున్, జడిలోపడి మున్గితేలగాన్ 324

రాయుడు సజల నేత్రుడై రాత్రి పగలు
పిచ్చిగా జూచు, కృష్ణయే పిలువసాగె
కావుమంచు కేకలు నదిన్ కంఠమెత్తె
కావుకావులున్ ధ్వనియించి గర్జలిడెను 325

★★★

18. విచారము

నాయుడు పిచ్చిచూపుల వి
నాశన భూమిని జూచు, పుర్రెలున్
దాయగ బిల్చు, నిద్రను బ
　　టాల మొసంగదు, రాత్రి స్వప్నముల్
పాయవు, వేగుజాము ప్రతి
　　బంధక పీడగ మెల్గు, గుండెయున్
దాయదు భీతి చేతలను
　　తథ్యము నిత్యము తీవ్ర వేదనల్ 326

రాయుని తాళపత్రముల
　　రాగము హెచ్చెను, వ్యాసపీఠిపై
తీయని ఘంట వర్తన సు
　　దీప్తులు గుండెల నిండె, చెంచులున్
కోయలు కంటినీట బడి
　　కొట్టుకుపోదురు చెంప కాల్చుచున్
నాయుడు గుర్తు రాగ నవ
　　నాడులు నిద్దుర మేలు కాంచెడిన్ 327

మూడవ నాడు సైనికులు
　　మూర్తము మించగ వెళ్ళినారు, రో
జాడెను పిల్చునృత్యము ప్ర
　　జాపతి, రాయుడు చిందులాడు, నే
నాడును కాదు నౌననక
　　నవ్వక యేడ్వక చింతమున్గె, పో
నాడెను కోటకాంక్ష, చెర
　　లాడెను నాయుని ప్రేమ చేష్టలున్ 328

★★★

"కూతురు బిడ్డతల్లి వగ
గూర్పగ మృత్యువు వాత జిక్కె, సా
చేతల మంత్రి పుంగవుడు
చేయగ నేగెను తీర్థయాత్రలన్
భీతిని గూడి సైనికులు
బిత్తర లెత్తిరి పక్షి గుంపులై
తాతలు తండ్రులుం బడని
ధర్మవిచారము నాయు నూపెడిన్ 329

కొడుకును పార్వతమ్మ కన
కున్నది, వెర్రెమ పుత్రునీక పో
నడలుచు కూతునిచ్చినది,
నవ్వుల దీపము బిడ్డ మృత్యువున్
కడిగెను ప్రాణధార, నిజ
కామన తీర్ప సుతుండు కావలెన్
పడయగ దత్తు డౌన? తగు
బాధ్యత మోయగ తప్పదిప్పుడున్ 330

కరణము లెక్క చూపుటకు
గ్రామము సిస్తులు కట్టకుండె, తీ
పరులు నిజారదారులును
పన్ను వసూళ్ళను తేల్చి చెప్పరీ
తరుణము చిక్కనేని పలు
దారుల పర్వుల నాప సాధ్యమా?
శరణము లేనినాడు శని
శాపము లిచ్చును దీపమార్పెడిన్ 331

చెంచుల జంపి తప్పు కదు
జేసితి ద్రోహమె, సైన్య నాయకున్
మించుల తేజురాయుని భ్ర
మించియ పంపితి కోటదాట, ప్రే
మించెడి సొంతవాడు కన
నింపుగ లేనపుడెంత బాధ కా
మించునొ స్పష్టమయ్యె వర
మిచ్చెడు మిత్రుని రాకకోరుదున్ 332

రమ్మని చెప్పలేను, మరలన్
గతి చూపెడు త్రోవలేదు, పో
పొమ్మన పోయినాడ? తల
పోసితి పంపగ, పంపి వైచితిన్
నెమ్మది పిల్వనేగి భువి
నేలగ తోడ్కొని తెచ్చుటల్ తగున్
ఇమ్మన ప్రాణమిచ్చెడు మ
హేశుడు పుణ్యుడు తమ్ముడన్నయే 333

"ఆతని గెల్చుటల్ భుజ
బలాక్రమ మార్గము గాదు, ప్రేమమే!
ఆతని నిల్పుటల్ ధనము
నాశగ చూపగ కాదు, ప్రేమమే!
ఆతని దక్షతల్ దయకు
నాయువు నూదెదు దివ్య చేష్టలే!
ఆతని వేడుటల్ దగు న
నంత సదాశయ కాంక్ష పండగన్" 334

నాయుడు చింతపల్లి నర
నాథుడు దాటెను కోట, చేరబోన్
రాయను కృష్ణదాటి, జన
రంజిత పూజిత ధర్ణికోట పై
పాయక చూపు నిల్పె, నిర
పాయము భద్రము తాళపత్రముల్
తోయధులీదు రాయు గన
తోచెను తేజము మింటికంటుచున్ 335

రాయుడు నాయుడున్ వివశ
రాగులు త్యాగులు యోగ్యులయ్యెడన్
వాయువు వీచినట్లు, పలు
పాటల నాటలతేలినట్లు, ప్రే
మాయణ రాగమట్లు, స్థిర
మంత్ర వినూతన మార్గమట్లు, కెం
జాయల సూర్యచంద్రులును
జారరు కౌగిలిపట్టు వీడకే 336

కబురుల కట్టలై కదలు
కావ్య రసామృత పానమత్తులై
యబురపు మూర్తులై, నడచు
నాదరణీయ సులోకవాసులై
యిబడిగ చెల్వులై, చెలిమి
నీదుచు మున్గుచు ప్రేమవాహినిన్
పబము తలెత్త సోదరు
ల పారపు పారము దాకిరంతటన్ 337

అలమిన ప్రేమ వృక్ష శిఖ
రాగ్రము భావి విపత్తు సూచికల్
మొలవగ కాంచిరిర్వురును
మోదము మోహము కార్యరంగమై
యలదిన కాంతిలేపనము
లంత పరీమళ దిక్కులూపగా
"కొలది దినాలలో కొలువు
కూటము చేరగ" రాయు డొప్పెడిన్ 338

★★★

19. నియంత్రణము

గోల్కొండ సులతాను గొని మన్నె సుల్తాను
బిరుదమ్ముతో మైత్రి నెరపినాడు.
గుంటూర కొలువైన కుంఫినీ ప్రభుతకున్
కరుణతో కప్పమ్ము గట్టినాడు.
పొరపాటనుచు బల్కి ధరణి కోటకు బోయి
చెలిమితో రాయుని గలిసినాడు
సైనికుల్ విడనాడి చనుట తాళగలేక
తిరిగి కొల్వుకు జేర తెలిపినాడు

గతము మరువంగ గోరి సత్కార్యములను
వేంకటాద్రి ప్రభుడు యశోవిభుడు చేసె
పీడ చెంచు కోయల భార్య బిడ్డ లనడు
కొండలం గోనలం జచ్చు గోడువినడు. 339

ముక్త్యాల కోటపై ముష్టి యుద్ధము జేసి
జ్ఞాతిని శిక్షించు రీతి తప్పు!
తగిన సేనానినే ధరణి కోటకు దెచ్చి
గృహ వినిర్బంధమ్ము గూర్పు తప్పు!
చంద్రమౌళిని నాగనేంద్రుని దయమాలి
చెరసాల బంధించు వరుస తప్పు!
స్వేచ్ఛా నిరంకుశ విహరణమ్ముల దీన
శత్రు కుగ్రామ నాశనము తప్పు!

ప్రభుతకును కప్పమెగవేత పచ్చితప్పు!
కసరి సుల్తాను పై కత్తి గట్ట తప్పు!
చెంచు కోయల చంపుట చెడ్డతప్పు!
కుంఫినీ తప్పులు క్షమింప కోరదింక! 340

తురక లాంగ్లేయ సైనికుల్ తరలి వచ్చి
చింతపలి కోటలో జొచ్చి శిక్ష పొందు
బంధితులకు విడుదల ప్రాప్తమ్ము చేయ
సేన సరిలేని నాయుని చేవచచ్చె. 341

చంద్రమౌళి నాగన్నలన్ చతుర గతిని
స్వేచ్ఛగా నుండ కుంఫినీ వెడలనిచ్చె
పుండుపై కారమన్నట్లు పూని భృతిని
క్రమము కల్గి చెల్లించు నేర్పాటు చేసె. 342

చింతపలి జమీందారుగా చిత్రగతిని
నాయుడే యుండు, పనులెల్ల చేయ కుంఫి
నీ దొరల నడ్గవలెను, వినీతినుండ
వలెను, సంజాయిషీ లీయవలెను మిగుల 343

సర్వతంత్ర స్వతంత్రు డౌ చక్రవర్తి
యింట పిలగాకి యెగతాళి యిమిడిపోయె
రాయునికి మనశ్శాంతి సంరక్షలేదు
కోట బందిఖానా భ్రాంతి మేట వేసె 344

రాజ్యలక్ష్మి వగవన్ రాజసమ్ము పరారు
　　　　చీకాకుతో రాజు చిదుకసాగె
దైవమిచ్చెడి పుత్రు దాన ధర్మము లేదు
　　　　దత్త పుత్రులు లేక చిత్తమిగిరె
కుంఫినీ సైన్యమ్ము కోటలోపల చేరి
　　　　బంధించి కాపాడు భ్రమలు పెంచె
సివిలు కోర్టులు వచ్చి శిరసు వంపులు దెచ్చి
　　　　ప్రభువన్న మర్యాద పాడు పెట్టె

కోట దుస్స్వప్నముల కొల్మి కొరతలేదు
నిత్య నరకమ్ము మేల్కొల్ప నిలుచుటెట్లు?
కామి జీవించి యుండ నింకేమి గలదు?
బ్రతుకుటో చచ్చుటో తేల్చ పంబరేగు 345

కుంఫినీ దొరల్ నాయు ప్రకోపతతులు
తీవ్రయత్నాలు వేగులం దెలిసి కొనిరి
పరుగు పరుగున గుంటూరు పట్టణమున
పట్టి బంధించి గృహ వినిర్బంధమనిరి 346

చింతపల్లికి బోవ చింతిల్లు రాయుండు
　　　　స్థితి చెడ్డ గతి చెడ్డ యతిగ మారె
సంస్థాన సామర్థ్య సంరక్షణలు దప్ప
　　　　ప్రభుభక్తి యనురక్తి పట్టి కుదిపె
తురక లాంగ్లేయులున్ దూరి కోటను బట్ట
　　　　రక్తముప్పొంగంగ రగిలిపోయె
పరసేన ప్రభువులన్ బంధించి కొనిపోయి
　　　　గుంటూరులో నుంచ మంట పుట్టె

క్షణములో గుఱ్ఱమెక్కి యెకాయెకి జని
తనిఖి చేయ నశ్వారూఢి తరలనున్న
కలకటేరును నిలబెట్టి కారణమ్ము
నడిగె, తేజిని దిగకుండ, నదిరె జనము. 347

"చింతపలి సైన్య నాథుండ నంతె! చెరన
లేను, నాయుండు మారాజు, తాను నాకు
నన్న, దాయాదులము గాము, తన్నుకోము
తేలవలెనీడ ఏల బంధించినారొ" 348

"అతడు నరహంత, మరికొన్ని హత్యలేమి
చేయరాదీ జమీందారు, చెప్పిరండు,
మీరు శాంతమూర్తులు నాయు చేరజనుడు
దురితములు వీడి స్వేచ్ఛగా తరలిపొండు!" 349

నాయు సదనాన దర్శించె రాయ జయుడు
ప్రభువు కౌగిట పరవశ ప్రాణి యయ్యె
కలకటేరు సమావేశ కథను జెప్పి
కుంఫినీ దృష్టి కోణమ్ము కొసరు పెట్టె 350

గుండెలో నగ్నులన్ కూర్చు కర్పూరమ్ము
తెలుపు స్వచ్ఛత శాంతి నిలుపునట్లు
గుహలోన నిద్రించు క్రూరసింహము ముద్దు
పసిబిడ్డవలె కానబడెడు నట్లు
కాగడాలో దాగి కనుమరుంగగు జ్వాల
గుండె నూనెలనెండి కునుకునట్లు
పొంగబోయెడి కృష్ణ బుంగమూతిని బెట్టి
నేలపై తన త్రోవ నేగునట్లు

చెలగు రక్తాక్షి గండ్ర గొడ్డలి విధాన
కనలి యడవుల దెగు మడ్డు కత్తి పగిది
పగర గుండెలదిగు కరవాలమట్లు
నియమ నిశ్చింతతో రాజు నెమ్మదించె 351

ఇరువురు చింతపల్లి చన
నిష్టము జూపరు, సైన్యశక్తియున్
పెరుగగ, కోట నిర్మితికి
వేళ్ళు దిగంగను, దాచు సంపదల్
తరలగ వ్యూహమెల్ల దరి
దాపుల నిల్పి రశేష శక్తితో
చెరలు గతించి స్వేచ్ఛ దరి
జేరిన భాగ్యము పొందిరిద్దరున్ 352

తిరుపతి వేంకటాద్రి చను
దీక్షను దెల్పెను, కుంఫినీ దొరల్
పరపతి పెంచుకొంచు సెల
వంపిరి, నాయుని ప్రాతినిధ్యమన్
వరమును వచ్చి రాయుని
ప్రభావము హెచ్చెను, శాంతి సేవలన్
కరమున దాల్చి రాజువలె
కాంతులు చిమ్మెను వీరుడుబ్బుతోన్ 353

★★★

20. ప్రాసాదము

అమరేశ్వరాలయమ్మమరావతీ పురిన్
శైవగీతాల్ చిందు శక్తి దెలుపు
దీపాల దిన్నె పై దీపించు వజ్రాల
దినె జైన శాంతి సందేశమిచ్చు
నమరావతీ స్తూప నాట్యకింకిణి మ్రోయ
బౌద్ధమ్ము రసగాన పథము నిలుపు
కృష్ణానదీతోయ వైష్ణవామృతధార
నిష్టాన్నములబెట్టి యింపు చూపు

ధరణి కోటాడ, నమరావతి రస గీతు
లురల, నాంధ్ర కందోయిగా పురులు నిలిచె
జగతి నిద్రాదరిద్ర ప్రశస్తి మునుగ,
వెలుగు సంపదమేల్కొన్న తెలుగునేల. 354

తారకాసురు గొంతు తైతక్క లింగ సం
గతి జిక్కి నుతికెక్కు గాత్రమిదియె
స్వర్ భూ జగద్దీప్తి జనిత మర్త్యామర్త్య
సేవపండెడు లింగ సేద్యమిదియె
మానవుల్ లింగాగ్ర మనగ నమరులథో
గతి పూజలిడు శైవ కాంతియిదియె
ముక్కోటి దేవతల్ ముక్కంటి గొలువంగ
పరుగు పర్గున వచ్చు భాగ్య మిదియె

పరము నిహమిచ్చు శిరసంటి నరుల పూజ
పరము సుఖమిచ్చు పాదాలు సురలపూజ
నరులు తలయెత్త, తలదించు సురలు కలియ
చెట్ట పట్టాల సయ్యాట పుట్టు నిచట 355

స్త్రీ పురుషాకృతుల్ శిల్పంబులో మాన
వాతీత సౌందర్య రీతి కులికె
నాయక వేదికాత్తాయక స్తంభని
ర్మితి బౌద్ధ సౌభాగ్య తతులు నగియె
నర్ధ గోళాకార మండంపు శిల్పంబు
బందాడి సిందేయ బండ పలికె
నండాగ్ర హోర్షిక నాపైన ఛత్రమ్ము
నీడ పట్టగ బౌద్ధ నీతి కెరలె

శాతవాహన సామంత క్షాత్రమెల్ల
ధరణి కోటకు తాదాత్మ్య ధాత్రియయ్యె
శిల్ప సాహిత్య సంగీత క్షేత్ర మెల్ల
చూప నమరావతీ స్తూప దీపమయ్యె 356

పరమ రమణీయ శిల్ప సంపదల కుదురు
దివ్య సౌందర్య రేఖా ప్రదీప్త రుచులు
చర్మకారుడు శిల్పించి చతురదాన
మమర స్తూపాన పూర్ణకుంభమ్ము నిలిపె 357

కులములు లేని, స్వత్వములు
కూలని, వర్ణవిభేద సింహ బా
ధల విపరీత నాట్య రతి
తాకని, పాలనకై పరాయి జా
తుల కుల కల్పకుల్ పుడమి
దొంగలు పుట్టని, రెండువేల యే
డుల మును చర్మకారుని క
ళోజ్జ్వల శిల్పము నిల్పె స్తూపమున్ 358

అద్ది చైత్యమో దేవాలయమ్మొ జయవి
జయ విహారమో యెరుగంగ జనము కోరు
శిల్ప కావ్య సంగీత సంశ్లిష్ట గతుల
కంజలింతురు తన్మయీ హస్తనతుల 359

రెండు ప్రాచీన నగరాల యండనుండ
నాల్గుమత భేద దృక్ జీవనమ్ము దొర్ల
నైదు వర్ణాల సమ్మేళనమ్ము ననగ
కోట నిర్మాణ రాయుండు కొమరుమిగిలె 360

రాజమందిర సౌభాగ్యరతులు నిలువ
మంత్రి సేనాని కవిబృంద మహిత యశుల
భవన సౌందర్యము సలాము పలుక, ధర్మ
శాల, సత్రాల పారాహుషారు దెలుపు 361

లేని క్షత్రియులకు నిండ్లు లేవు గాన
ఉన్న బ్రాహ్మణులకు మేడలుండవలెను
నాల్గు వర్ణాల సైనికుల్ నగుచురాగ
వసతి సౌకర్యములు కూర్పవలెను మిగుల 362

నందనోద్యాన వనముండ నగును దివ్య
పుష్కరిణిని కట్టించగా పూనవలెను
సుందరాలయ ప్రాకార మంద మిముడ
స్వామి కెదుట నాయుని శిల్ప పద్మమమరు 363

తండ్రి కాలాన నార్వేలు, తనయు కాల
మునకు మూడ్వేలు, చెంచుల హననమగుట
వేయికిన్ సేన దిగజారె, వెతలు మిగిలె
వీరు చాలరు సైన్యమ్ము పెంచవలెను. 364

సైన్యముల పెంచుకొనునంత సైపలేరు
కుంఫినీ దొరల్, కూలీల కోరు కొనిన
చింతలేదు, కోటను గట్ట చీకులేదు
కొంతలో కొంత చిత్రమ్ము కూర్చవలెను. 365

నేటి కూలీలు రేపటి కోట సేవ
కులును, మరునాడు సైనికుల్ కొదవలేదు
నాయునకును తనకును దప్ప నన్యులెరుగ
రెంత నిధి యేడనున్నదో యెన్నడేని 366

ఒకవత్సర కాలములో
ప్రకటిత పుష్పమయి కోట పరిమళమిచ్చున్
వికసిత నూతన సైన్యము
సకలము సమకూడు సర్వ సత్వము మిగులన్ 367

తిరుపతి యాత్ర చేసి, తిరు
తీర్థము గ్రోలి ప్రశాంతచిత్తుడై
నరనుత నాయుడుం బురికి
నవ్వులు పూచిన పందిరాయె, ధీ
వరుడయి గంధమిచ్చె, తన
పాలిటి పుణ్యము రాయుగాంచి తా
నెరిగిన పుణ్యమిచ్చి, పని
నేర్పును చూచెను నాయుడున్నతిన్ 368

గడువు లోపలే నిర్మాణ కార్యమాయె
కోటలో ప్రవేశ ముహూర్త గుణములెరిగి
బంధు మిత్ర సామంత ప్రపంచమెల్ల
తరలి రాగోరి యేర్పాట్లు తనరజేసె 369

శాఖమూరులవారు చావవంశము వారు
ప్రేమతో నేతెంచి క్షేమమనిరి
నీరుకొండ వర రాచూరి వంశజ ఘనుల్
పరమేష్టమున జేరి ప్రాణమనిరి
మల్రాజు చుట్టాలు మానూరి బాంధవుల్
నెనరుతో విచ్చేసి నెయ్యమనిరి
వెలగోటి యార్లగడ్డల ప్రముఖాప్తులు
దయతోడ నరుదెంచి ధన్యమనిరి

సకల సదుపాయ సద్యోగ సమితి గూడి
సర్వ సౌజన్య సౌందర్య సత్త్వ మమరి
నూత్న రాజమందిర శోభనూపి చనియె
ప్రజల సంతోషడోలలన్ బంధు కోటి 370

★★★

21. ప్రాసన్న్యము

మార్చిరి కోటకున్ విభవ
మాన్య మహోదయు వాసమెల్లరున్
చేర్చిన నూత్న సైన్యమును
చేరెను, ధైర్యము చేరె, శౌర్య దే
వార్చన గౌరవమ్ము తిరు
గాడెను, మాయని ప్రేమతో జమా
ఖర్చులు వేంకటాద్రి సరి
గా పరికించె ప్రసన్నమూర్తియై 371

అంచిత భుజంగ రాయుని
పంచన చేరిరి పనికయి పంచమ యువకుల్
వంచి తలెత్తని కూలీల్
మించిన సైన్యవరధర్మ మిచ్చిరి ఘనులై 372

అప్పుడు నవ్వు నాయుడు ప
దార్థ విశారదు డడ్గె "మాదిగల్
చెప్పిన మాట విందుర? వి
శిష్టత నుందుర? సైన్యసేవలన్
తప్పక మేలు చేయుదుర?
ధర్మ పథప్రతిభా ప్రభావముల్
విప్పుదురా? పరోక్షమున
ప్రేమను కోల్పడ కుందురా? ఘనా!" 373

“పూచీ నాయది రాజా!
పేచీలేవియు పెరుగవు పేర్మియ వెలుగున్
సూచీ ముఖులై నడతురు
ప్రాచీ సూర్యోదయమన వర్తిలు నెపుడున్ 374

సైనిక శక్తి యుక్తులకు
సర్వము త్యాగముచేయువీరు స
మ్మానిత రాగజీవులు, ప్ర
మాదము వాసన పట్టువీరు రా
జానతి నెత్తి కెత్తుకొను
జాగరణాత్ములు, మాట నిల్పు పం
చానన మూర్తులున్ కరుణ
శక్తి వహించి చరింతు రెప్పుడున్ 375

ప్రేమకు మారు పేరులు, ప
రీక్షల నిల్చు సుకీర్తు లెల్లరున్
కామిత కాంక్ష దీర్తురు, వి
కారపు చేష్టలు చేయబోరు, స
ద్ధీమతు లెల్ల వేళల సు
ధీరదులాత్మ వివేక సంపదన్,
మీ మమకార కేంద్రములు
మెల్గుదు రెప్పుడు స్వామి భక్తులై 376

ఏమియు నాశలేదు తమ
దెల్లను దానము చేయు వారు, రే
పోమెదు బుద్ధి కాదు, నిజ
పుత్ర సతీహిత పోషణోన్ముఖుల్
నీమము తప్పబోరు, పని
నీతిని భార్యగ నేలు కొంద్రు కాం
తామర శాంతి పొందు నరు
లాయత యోగులు త్యాగులెల్లరున్ 377

దేహియని వచ్చు భిక్షుకుల్ తినక చనరు
నింటలేకున్న నపుదెచ్చి యిచ్చి తనియ
కడుపులో నన్నమును దీసి కుడువబెట్టు
వీరు ప్రాణమ్ము తృణమట్లు వీడువారు 378

శౌర్య సామ్రాజ్య పాలనా చక్రధరులు
మడమ తిప్పని వీరసింహాలు వీరు
విమత రాజకిరీటాల చెమటబట్ట
గుండె దడ పెంచు వీరాగ్ని కొరివి వీరు. 379

మాట తప్పని సద్ధర్మ మాన ధనులు
త్యాగమన్నది యుగ్గుతో త్రాగినారు
శౌర్య కీలల దుఃఖాగ్ని ధైర్యమిడును
కంట నీరున్న దేవతాగ్రజులు వీరు 380

కులము లేదన్న సన్న్యాసి కుళ్ళ బొడిచి
ధనము లేదన్న దిగులుతో తగులబడరు
లేమి కొమ్మపూలై కాయలిచ్చు వీరు
ధర్మ సంపద నిలువెల్ల దాల్చువారు 381

ఆడిన మాటను దప్పరు,
వీడని కీర్తిని వదలరు, ప్రేమోన్మత్తుల్
వేడిగల హరిశ్చంద్రుల
వాడకు వారసులు వీరభాగ్యోన్నతులన్ 382

దేశపు మూల వాసులు, వి
దేశ దరిద్రుల కన్నవాసముల్
లేశము కూడ లేదనక
లెస్సగ-నిత్తు దయామయుల్, సదా
క్రోశము మాన్పి తన్పుదురు
క్రోధము వేదముతోడుగాన్ దురు
ద్దేశులు చంపినన్ పుడమి
ద్రిమ్మరులన్ క్షమియింత్రు ధన్యులై 383

కత్తికి నెత్తురులంటని
చిత్తులు, శాంతికి వనధులు; చిచ్చర పిడుగుల్
నెత్తుల దావాగ్ని సెగల్,
మిత్తులు పండెడు పొలములు మితిమీరి చనన్! 384

కూడిత్తురు గుడ్డిత్తురు
నీడిత్తురు న్యాయనీతి నిర్మలరీతిన్
గోడెత్తను మంటెత్తను
పాడెత్తను సిద్ధమల్ప పథమున చనినన్! 385

అనయము తల్లి దండ్రులకు
నర్మిలి మొక్కును, భార్య పిల్లలన్
క్షణమును బాయకుండు, సహ
జన్ములకున్ చనవిచ్చు చుండు, ప్ర
త్యణువున ప్రేమ పొంగు చిర
ధన్యుడు మాన్యుడు నిత్య సత్యవా
గనునయ ధన్యజీవి దయ
నాధ్యుడు శ్రేష్ఠుడు మాదిగాత్ముడున్ 386

మత సహనము గతి సహనము
స్థితి సహనము నుగ్గు తోడ తెరలు నుదరులున్
మతములు వచ్చిన పోయిన
మతిసెడని మనుష్య సత్వ మహిములు వీరే 387

మత పిచ్చయు కులగజ్జియు
మతికిని తనువునకు బట్టి మనవీ ఘనులన్
హితము వినక చనుచో బుర
కత చెపుదురు రాగతాళ గతిరంజిలగన్ 388

పచ్చని పచ్చిక బయలుల
మెచ్చుచు పోవంగ నేర్చు మేపరికాడీ
యచ్చపు భూపుత్రుడు, పరు
లుచ్చుల నొడ్డిన తెలియును లోభుల దునుమన్ 389

తల యిచ్చును తలదెచ్చును
తలవంచక బ్రతుకు దారి తరలును తానే
వెలలకు లొంగడు, ప్రేమల
జలధుల బడిమునిగి నవ్య జయములు తెచ్చున్ 390

ఆకలి యాతని నార్పదు
చీకటి చిందులు దరికిని చేరవు, ప్రేమో
త్సేకుడు మా జీవుండు ర
సైక మితని జీవితమ్ము సాక్షాత్ శివమై 391

"పంచమ సేన సేవకు ప్ర
భాతము, శౌర్యపు హాని లేదు, దీ
పించెడి సంపదాత్మ, పలి
కించెడు సూత్రమువోలె నిల్పు, నే
కొంచెము మిమ్ము మీరరను
కొన్నది పూచును కాయు పండు రో
జించుక ప్రేమ పంచ జయ
మిచ్చును తప్పిన దుమ్మురేపెడిన్" 392

★★★

22. శాసనము

"ఈవు మదీయ సోదరుడ
వీవివి మంత్రివి సైన్యనాయకుం
డీవు కవీశ్వరుండవు సు
దీప్తుల ధార్మిక కల్పవృక్ష భా
గ్యావసరానుజుండవు ప్ర
గాఢ తమోంధ పరాకృతాగ్ని కీ
లా వరు డీవు, కోరినవి,
రత్నమ! కోరని వెన్నొ పొందితిన్" 393

"ఈవిక నన్ను గోరుపని
యెన్నడు కూడదు మేలు కీడులో
భావన చేసి మేలుకొన
పావన విశ్వ విశుద్ధి చిక్కు, నీ
తీవియ పూలు పూచును, మ
దీయ హృదబ్జ పరాగపాళి ది
గ్భావికి గంధమిచ్చు, నధి
భాగ్యము పొందెద నాత్మసోదరా!" 394

"అది యొక కోర్కె యున్నది మ
హాశయ! మాదిగ శక్తి యుక్తిలో
నిది యగు కార్యరంగ పరి
ణీతపు చేతలు గుళ్ళు గోపురాల్
కదలు కొలంకులున్ మదిని
క్రమ్మను పాయవు, వానిలోనికిన్
సదయులు మీరు పంచముల
చాలన మిచ్చిన న్యాయముండెడిన్" 395

అన విని వేంకటాద్రి ముది
తాత్ముడు సంతసమంది చూచె, రే
గినహృది నాట్యమాడ వెలి
గించెను కన్నుల సూర్యచంద్ర కాం
తిని జననాథ కోట నిల
దీప్త మొనర్చిరి మాదిగల్ శ్రమన్
వినుడు, పునాదులన్నిలుప
స్వేదము రక్తము నింపిరశ్రువుల్ 396

కోటకు తీర్థయాత్రలుగ
కోమల జీవన దాన వీరులన్
తేటగ వచ్చి పోవుటకు
తెల్పుడు నానతి యెల్లకాలమున్
దీటుగ, క్రుంగు గుండెల ప్ర
తీక్ష గమించిన పొంగు మాదిగల్
మేటి ప్రభుండటంచు పర
మేష్ఠికి మ్రొక్కుచు ధన్యులైచనున్ 397

తాము కట్టిన గుడిలోకి తరలలేక
తాము త్రవ్విన కొలనులో త్రాగలేక
తామె హృదియైన కోటలో తావులేక
మాదిగలు దుఃఖపడ భావి మాటు మణుగు. 398

ప్రభువులు కోమలాత్ములు ప్ర
భావ విలోకన శుద్ధ తేజులున్
విభవులు మాదిగార్తి విను
విజ్ఞులు, పేదల కష్టనష్ట దై
న్యభయము లెల్ల తీర్తురయి
నన్ జనవాంఛగ శాసనమ్ము నీ
య భవిత భద్రమొందు ప్రజ
లైక్యులు ధైర్యులు నైరి సేవకున్" 399

రాయు హృదయమ్ము నాలించి నాయుడంత
ముఖము విప్పార ముదితాత్మ ముందు కురుక
పలికె, ప్రాచీన చిరకాల వాంఛయట్లు
శాసనము నిచ్చు సంతోష జడధి మునిగి 400

"మాదిగల్ గుడుల సమ్మతి పొంది పూజింప
సర్వశక్తుల నిచ్చు శాసనమ్ము
మాదిగల్ కొలనుల మజ్జనాదులు చేయ
సకల హక్కులనిచ్చు శాసనమ్ము
మాదిగల్ కోటకున్ మరల వచ్చుటల ప్ర
శస్త యుక్తుల నిచ్చు శాసనమ్ము
మాదిగల్ స్పృశ్యులై మహిసర్వసములౌచు
సత్యరంగమునిచ్చు శాసనమ్ము

శాసనమ్మింక ప్రశ్నింప సాధ్యపడదు
శాసనమ్మింక ధిక్కార సరణి నాపు
శాసనమ్మింక భూప్రజాచరణ గోరు
శాసనమ్మింక నమలుగా సత్యమగును 401

నీ కోరిక మన్నించితి
నా కోరిక సమ్మతింప నాశగజూతున్
నీకై నీవే మడుగవు
నాకై నేనిచ్చు వరము నయముగ గొనుమా 402

నీవు పదియూళ్ళు కట్టించి నావు ఘనుడ!
ఊరి మాగాణి భూభూతి పేరుదెచ్చు
పదియుగ్రామ సుక్షేత్రాల పంట హక్కు
స్వీకరింపుము సోదరా! ప్రేమ జితుడ!" 403

కనుల నీరొల్క రాయుండు కదలకుండె
కొలుకులూర తుడుచు చేయి యిలకు దిగును
స్వాంత పరిపూర్ణ సంతోష వనధి దేలి
మాటలను మర్చి మూగగా మారినాడు 404

ప్రేమ పొంగార దరిజేరి పెదవి తడిమి
కనులు దుడువ, చేతులు పట్టి కౌగిలించి
గుండె గుండెల గుసగుసల్ కూర్మి వినుచు
నిలిచినారు సోదరులు వెన్నెల విధాన. 405

★★★

23. స్వీకార్యము

మధిర ఖమ్మంమెట్టు మాన్యసీమలనేలు
సనదిచ్చి సుల్తాను సఖ్యమిచ్చె
కప్పమ్ము బాకీల కాసుల్ వసూళ్ళతో
సంతుష్ట కుంఫినీ సఖ్యమిచ్చె,
కరణా లిజరదార గమి సిస్తు స్వయాన
సమయాన చెల్లించి సఖ్యమిచ్చె
సైన్యమ్ము భక్తిమై సకల చర్యలు పూని
సర్వ సౌభాగ్యాలు సఖ్యమిచ్చె

కవుల కావ్యాలు రసభూతి కలుగనిచ్చె
నాట్య నాటక వైభవోన్నతులు పెరిగె
నిత్య పూజల బ్రతుకు పునీత మాయె
నంత నాయుండు దేవేంద్రునట్లు మెరసె. 406

రాజ్యపాలనమ్ము రాయుండు నెరవేర్ప
ధర్మకార్య విధులు తానొనర్చు
దీర్ఘ విరతి వచ్చి దిక్కు తోచని స్థితిన్
చిక్కు పడెను నాయు నుక్కు గుండె. 407

మునుపటి దూకుడెల్ల చనె
ముక్కుకు తాడు బిగించనైన శ
క్తిని బహు దూరముం దరిమె
కీర్తి సుశాంతి నొసంగె, నిత్యతు
ష్టిని చెరలాడు నాయుడు సు
శీలుడు పొర్లగ సాగె దత్త పు
త్రుని గను కాంక్ష తీగ మమ
తోన్ముఖ పుష్ప పరీమళమ్ముగాన్ 408

వెర్రెమాంబ పుత్రులనీక వెళ్ళిపోయె
పార్వతమ్మకు పిల్లల ప్రాప్తిలేదు
మూడవ కళత్ర వాంఛమై ముసరలేదు
దత్తపుత్రు కోర్కెన సదా ధ్యాసనిల్చె 409

తగిన పుత్రునిదెచ్చిచ్చు దక్షులెవ్వ
రెవరి సంస్థాన సంకాంక్ష లెటుల దరుము
నెంత యోచించినను చిక్కు లింక పడెను
రాయు నాలోచనము గోరి రాగ పిలిచె 410

"నాగన చంద్రమౌళులు స
నాతన రక్తపు బంధు సోదరుల్
త్యాగము చేసి, మీరు ఘన
యాతన మాన్పి, భృతిన్ భరించి, స
ద్యోగము నీయ వారలు మ
హోన్నతి గాంచిరి, రాజ్య దాయమున్
భాగము కోర రిప్డు తగు
వారిని చూడుడు దూరదృష్టితోన్ 411

కననగు చంద్రమౌళి కొడు
కైనఘనున్ జగనాథబాబు, గై
కొనదగు నాగనాత్మజుడు
కోమల రూపుడు రామనాథ బా
బు నయినవారు పుత్రులిర
వున్ గలవారును దత్తపుత్రు లౌ
టను గని లోకమెల్ల నుత
ఠాణము హెచ్చును మేలు క్షేమముల్ 412

ఒకని దత్తపుత్రుని జేయ నొకట మేలె!
యిరువు రవుట రెండు కుటుంబ వరములగును
ఒక్క దాయాది స్నేహమ్ము నొందు కంటె
ఇదరు రాచబిడ్డల కల్మి యిహము పరము" 413

విను నాయుని ముఖవీథిన
నిన బింబము పుట్టి వెల్గు నింపెను జయమై
కనురాయుని కను కోనల
జనతేజము గల్గి ధర్మ జాగృతి వీచెన్ 414

సకలము వేంకటాద్రి గత
సంగతిగా త్యజియించె, నిర్వరన్
వికసిత పుష్పబాణులను
వెన్నెల తోటకు తోడితెచ్చె, పెన్
సుకమన దత్త ధర్మ సహ
సుందర చర్యలు పూర్తిచేసె, బం
ధు కమలినీ సరోవరము
నూత్న జలమ్ముల నూగు చుండెడిన్ 415

నాయునికి కలలు పండెను
రాయునికి జగము పరాగరక్తిని నింపెన్
మాయని ప్రేముడి తండ్రుల
పాయని యానంద గీతి పాడిరి పౌరుల్ 416

యువరాజులు నవతేజులు
జవసత్త్వ యశః ప్రసాద జయములు కాంచన్
భవభక్తులు రసరక్తులు
దివిజులు నింపిరిట ధర్మ దీపము నూనెన్ 417

రాయుడు బాలుర విద్యా
ధ్యేయము సెడకుండ సాగుతీరుల్ తెన్నుల్
సాయము సేయగ నివ్వువ
సాయము సంపూర్ణ బుద్ధి సాగుబడియగున్ 418

★★★

24. ఉద్వాహము

"తమ్ముడ! సర్వయోగముల
దాతవు! నీకయి కోరవేది, లో
కమ్మున నిట్టి మానవుల,
కారణ జన్మముల, కాన మైన నా
కిమ్ముగ న్యాయమన్న విధి
కేవల ప్రేమన చేసినాడ, నీ
సమ్మతి తోడ పెండిలి ప్ర
సన్నత చూతుము జాప్యమయ్యెడిన్. 419

ముప్పది యేండ్లు సోదర! స
పుణ్యుడ! యుక్తవయస్కుడా! సరే
చెప్పుము యోగ్యపత్నిని ని
జేచ్ఛను బొందుము, కూడదన్న నే
నిప్పుడె కోరి తెత్తును పు
నీతుడ! లోకము గొడ్డు బోదయా
కుప్పలు తెప్పలుం గలరు
కోరుము నెందర వాంఛచేసెదో" 420

"తల్లికి దండ్రికిన్ నెనరు
ధర్మవు తోడుత మాటనిచ్చి పో
నొల్లను, సేన నేలితిని
నూతన సత్త్వ పరీత మంత్రిగా
చెల్లెను, కావ్యసృష్టి దగ
జేసితి, రాజ్యపు ప్రాతినిధ్యమున్
పెల్లగు, రాజుక్షేమములు
పెన్నిధులాయెను పెండ్లిమార్గమై" 421

రాజుకు, తల్లి దండ్రులకు
రాజరికానకు బంధు కోటి క
వ్యాజపు ప్రేమపొంగె, విపు
లాదర బాంధవ వార్తలందె, రా
జ్యాజవిధుల్ సలామనెను
జాగృతి పెంచెడు నీడు జోడునౌ
నోజము దివ్యతేజముల
నొప్పు పురంధ్రి యెటేడనోచెనో 422

ఉదయము తల్లిదండ్రులుది
తోజ్జ్వల దీప్తుల పుత్రునంటి ప్రే
మదుముచు చెప్పినారు పర
మాద్భుత రూపిణి రత్నమాంబయున్
చెదరని భక్తి బావ నెరి
చేతిని బట్టగ దీక్షబూనె, తా
నెదురు నిరీక్షతో సతము
నేర్పుల నోర్పుల నూర్పు కాంక్షతో 423

ఆయమ యెత్తులావుల, బ
లాకర రేఖల, శక్తియుక్తులన్
నీయన జోడునీడు, పొగ
రెద్దుల నిద్దర గుద్దిచంపు భా
రీయగు దేహయష్టి, మది
రేయి యహస్సుల ప్రేమయోగి, దే
హీయను శుద్ధనీలములు
నీ సతి దేహ సుకాంతి కోరుచున్ 424

"సరె" యనె రాయుడు, నాయుడు
"సరె" యనె, నుల్లములికి పడి సైన్యము నవ్వెన్
"సరె" యనిరి కన్నవారం
బరములు నూడెడు కుశాలు పరుగులు పెట్టన్ 425

వచ్చెను బంధుగణమ్ములు
తెచ్చెను ప్రేమఫలపుష్ప తేజస్సుధలన్
మెచ్చెను నాయుడు పెండిలి
నిచ్చెను గుండియల పొంగు నీతి నియమముల్ 426

వారల యేకాంతమునకు
మేరలు లేవు, ప్రముదితులు మిన్నులు పిలువన్
నేరరు పలుకగ, బహుధా
శూరులు ప్రేమతపము పరిశోధన చేయన్ 427

ప్రొద్దులు పొడుచుట మునుగుట
లొద్దిక తెలియవు, పరవశలోకపురాత్రుల్
నిద్దుర నెరుగవు, పగలున్
సుద్దులు కునుకుట లెరుగవు, శూన్యంబెరుగున్ 428

కోటలో తెల్లార్లు కొలువు సేయుట మానె
వేంకటాద్రి హుషారు వెంబడింప
పొద్దస్తమానమ్ము పూజచేయుట మానె
పూజారి మురిపాలు ముసురుచుండ
సాము గర్డీల్ శాల సలుపులీయుట మానె
దుము సిగ్గు మీసాల దులపరింప
సంధ్య వార్చగ వేళ సద్దు సేయుట మానె
కృష్ణమ్మ జలకాల తృష్ణ చూప

తాళపత్రాలు తలవంచి తప్పుకొనెను
వ్యాసపీఠమ్ము సిగ్గుతో ప్రక్క కొదిగె
రాయరత్నాంబ దాంపత్యరంగమందు
సర్వకార్యాలు తార్మారు చరితలయ్యె 429

రత్తమ మెట్టినింట ధన
రాశులు నిండెను, కడ్పుపండె, హో
రెత్తగ పుట్టినింట ఘన
రీతుల వేడుకలాడె, నాయుడున్
చిత్తము నాట్యమాడ శుభ
శీఘ్రుతకోరెను, తల్లిదండ్రులున్
నెత్తిన దిప్పినారు మగ
నేతను కన్మని గడ్డమానుచున్ 430

★★★

ఒంటరి రాయుడన్ వెతల
నూర్పులు మిన్నుల పారజల్లె, నా
తుంటరి చుక్క రాలిపడ
తూరుపు మెర్సె, శలాక తేజమై
కంటికి నింపుగా నగుచు
కాలికి శారద యడ్డువచ్చె "చే
నంటకు వేదవాణి మరి
యాదకు భంగము" చెప్పెరాయుడున్. 431

"కోరుచు వచ్చిన వనితను
దూరముగా బంపు చేత ధూర్తత దెలుపున్
చేరగ దీయుట యుక్తము"
నేరిపె నాయుండు ధర్మనీతుల రీతుల్ 432

పల్చని సన్నతీగె మెడ
బట్టె, శిరస్సును జుట్టె, చేతిపై
నిల్చె, ముఖాన క్రమ్మె, నెద
నింపెను, రేపె పరాగపాళి, రా
బిల్చిన మొగ్గ తొడ్గె , పసి
పిందెను కాసెను పొట్టలోన, నీ
మొల్చిన కాంతి రేఖకు ప్ర
మోదము హెచ్చెను జీవసత్యమై. 433

★★★

పల్లకిలోన కూడిన స
వాలును చూచి, ముసుంగులోని కన్
వల్లరి జూచి, మన్మథుని
బాణము జూచి, చలాకి రాయ రా
నుత్తము దశ్వముధిగ్గి కోరికన్
దుల్ల సితాంగుడై చెలగె
నుత్తము దశ్వముధిగ్గి కోరికన్
తెల్లము జేసి చాచె కర
దీప్తిని ఫాతిమ చేయిపట్టగన్ 434

“ఈవొనరించు చేతలు మ
దీప్సితముల్ నెరవేర్చు నెప్డు, స్వర్
గోవగు ముస్లిమౌ పడతి,
కోపమునన్ సులతాను మండుచో
పావక కీలలాగవు, ప్ర
పన్నత కాలును, సర్వగౌరవ
శ్రీవివశమ్మగుం దరలి
శీఘ్రమె సాగుమ గోలకొండకున్” 435

“సదయ! ప్రమాదమేది మన
సన్నిధి చేరదు, మంచిచెడ్డలున్
విదితమె, సర్వధర్మములు
వీనులతేనెల దిమ్మరించు, నే
నిదినెరవేర గోరితిని,
నిత్యము శాంతులు కందు, మన్మన
స్పదనము శాంత గంధ పరి
షత్సభ వీచు పరీమళమ్ములన్” 436

తెలియ మహమ్మదీయ వని
తేక్షణమోక్షము, పాలరాతి బొ
మ్మలయ హిమాంబురాశి, తల
పించును వెన్నెల మంటలన్, నవా
మల లలితార్థ వాక్కు సుమ
మాధురి గ్రోలెడు తేనెటీగ ఈ
తల సడిపొల్చు, చేతలు సు
ధామధురోహల నింపు మోహమున్. 437

★★★

చెమటలు చిందులాడ, చెలి
చెంగట పాటలు పర్వులెత్త, రా
గము జత కట్ట, కుల్కు జడ
గంటలు తాళము వేయ, మంచె యో
గము సెడ ద్రొక్కు కాళ్ళను స
కాముకి గడ్డియ గిల్లు, పంట సం
యమ మిడ, పిట్టమూక చెర
లాడును వాలును జుట్టు రేపెడిన్ 438

చేతిని పట్టగానె వడి
సేలను గట్టున బెట్టె, గోసె మో
చేతను నెట్టి, చీరె దిగ
జేసె నితంబిని, యౌవనోన్ముఖీ
జాత, విశాలనేత్ర, వర
సత్త్వ సలక్షణ యేదునడ్డులా
యాత సుఖాన రాయు ముఖ
హాసము కాంచెను ముగ్ధశాంతయున్ 439

★★★

రొండి ధనాత్త కేంద్రమయి
రోయదు, సర్కులు కూరలాకులున్
దండిగ దెచ్చియిచ్చు చల
దాత్మిక భామిని పెద్దకొప్పు పో
నుండిన మేలు చూపె, వచు
చుండిన సుందర దృశ్యమా సతీ
మండిత రూపదీప్తి పర
మాదరణీయము సర్వవేళలన్ 440

ఆయమ లచ్చువమ్మ నిజ
మాయత లక్ష్మియె, డబ్బు దస్కమే
ధ్యేయము గాదు, ముక్కు ముఖ
దేవత యిచ్చె, కనుల్ చలత్ లసత్
మాయలు, మాట పాటయె, వి
మర్శ నెరుంగని చూపు, గుండెలో
కాయజ కల్పవృక్షపు ప్ర
కాశము, తేజము నింటనింపెడిన్ 441

కదులును లచ్చువమ్మ నడ
కల్నడతల్నుడు లాత్మ తేజ సం
పదలయి పొల్చ, స్వామినులు
బైటకు పంపరు, రాయుడున్ చనన్
వదలడు, స్వప్నసౌధములు
ప్రాప్తములై కనులన్ చరించె, వీ
క్ష్యద గుణశాలి చూపులిడు
కౌగిలి వెన్నెల కోటలయ్యెడిన్ 442

అంచిత కాంక్ష విభుండు కు
దించిన తలయెత్తి యడ్గె "నింకెందర వాం
ఛించెదవు పెండ్లి" కనగా
మించిన వేడుక "సమాప్తమింతట" ననియెన్. 443

"ఒక పురుషున కొక సతియని
ప్రకటిత ధర్మము, పలువురు గోరన్
వికటించును ప్రకృతి గుణము,
సకలము మారును ప్రమాద సంబోధనమై" 444

"కాదని నేనను జాలను
మీదగు న్యాయము నిజముగ మీదగు, గృహముల్
సాదెడు స్త్రీల ముఖమ్ముల
మోదానంత సమితి గన ముచ్చట నిచ్చున్" 445

"నీయారోగ్యము, నీ మో
దాయువులుద్దీప్త మగుట తప్పదు మనకున్
న్యాయము నీవుడుగుట య
న్యాయము కాలి కరుగు రతి యాతన పెరుగన్" 446

"న్యాయమ యుడుగుట? యేమన
నాయది జరుగు టెటులో తెలియగ నా తరమా?
మాయగ నున్నది నిప్పును
దాయగ పిడికిట నిముడున? ధర్మము చెడదా? 447

నా యారోగ్యము నా సతు
లాయువు పోయంగ కలుగు, నతివల్ పెరుగన్
నా యారోగ్యము నాయువు
ఖాయముగా వృద్ధి పొందు కాంచుము రాజా!" 448

"నీయారోగ్యము నీకగు
స్త్రీయారోగ్యమ్ము మాట స్త్రీలకు తెలియున్
నీయత్నము స్త్రీయత్నము
సాయాసము గాగ విఫల సత్త్వము కూర్చున్" 449

"నా కోపిక లేకుండిన
నీ కోరిక గముల దాడి నిరసింతుగదా
స్త్రీ కిష్టము కాకుండిన
ప్రాకారము లెన్ని లేచి పట్టును స్త్రీలన్ ? 450

ఉడుగుట నాకు నసాధ్య
మ్ముడిగిన నారోగ్యము మనమును చెడి పోవున్
అడిగితిరి కాన నుడివెద
కడు శాంతసుఖ వికసనము కాంతలవచ్చున్ 451

చేటగు చేతన మడచిన
మేటి జనము మారు క్రూర మృగముల రీతిన్
మాటల చెప్పుట కష్టము
దాటగరానిది దహనము తప్పవు దాడుల్ 452

వెలిగిన కాగడా చమురు
ప్రేలదు మంటలునారిపోవు, పె
ల్లడలెడు గాలితోలగనె
రయ్యిన భగ్గున జ్వాలరేగెడిన్
కళ పెళలాడు వాతహతి
కాల్చును, పెంచును ముంచుమోహమున్
చెలగిన కాగడా చమురు
చెల్లదు, కీలలు నారవెంతయున్" 453

25. సంతానము

ఒకనాడు వికలులై యెకసక్కెముల నాడి
పాలించెనని బాధపడుచు ననిరి
ఒకనాడు దీనులై యుదయమే చెడదిట్టి
సాధించెనని కష్ట సరళి ననిరి
ఒకనాడు మూఢులై తికరేగ నేడ్పించి
కోపించెనని వ్యధాకులత ననిరి
ఒకనాడు వివశులై యుక్కీడు మెడబట్టి
పీడించెనని దయాభిత్తి ననిరి

రాయు బోధనల్ విను యువరాజులకును
కష్టములు శ్రద్ధ లేమితో కలుగజొచ్చె
వినెడి నాయుండు జాగ్రత్త ననిపి చెప్పె
"రాయ! నీయంత వీరులన్ చేయవలయు" 454

విజయ యువరాజులిద్దరు వీరవరులు
దేహ సౌష్ఠవమ్ములు సుశక్త్యూహయుతులు
బుద్ధి బలముతో సర్వమ్ము పొందగలరు
శిక్షణము పెంచ రాయుండు దీక్షబూనె 455

దేశము శాంత సుందరము
దివ్యము, ధర్మవిచార దక్షతా
వేశము నూనె నాయుడు, ప్ర
వీణులునై యువరాజులున్నతా
త్మాశయ సిద్ధి పొంద ప్రభు
నాయువు పెర్గెను, పన్నులన్ని రా
జ్యాశల పెంచసాగె, ప్రజ
లడ్గిన వానల పంట పండెడిన్ 456

పంచమ రాయునింట నగు
పంచ సుభార్యలు పంచవర్ణముల్
పెంచిన సుందరాంగు లని
పించును దేవతలట్లు, రాయునిన్
పంచు కొనంగ స్వార్థములు
పల్కరు, స్వేష్టము పొందుచుండ్రు, ప్రే
మించిన లోకమందు ప్రభ
వించును త్యాగము యోగభోగముల్ 457

ఆయన భాగ్య మేమనగ
నౌను? మడుంగుల దెచ్చునామె, యిం
కీయమ స్నానపానముల
నిచ్చును, కంచము పెట్టు నాకె, సం
ధాయక రీతి మంచమును
తల్పును వేసెడినీకె. పూర్ణయా
మాయతనమ్ము దీర, గృహ
మంతయు నిండుగ నిత్యనూత్నమే! 458

అందరు భార్యలుండ మగ
డాయన నిత్య సుఖంబు నొందెనో
అందరె భర్తలున్న మగ
నాలి సుఖించెనొ దేవుడెర్గు , గో
విందుడు పంచసాయకుడు
వింత లెరుంగును, భర్త భార్యలున్
నందిత సర్వ తృప్త సుఖ
నర్తన మొందిరి యోగ సిద్ధితో 459

"అక్కా" యన "చెల్లీ" యను
చక్కందనముల కడిగిన సౌశీల్యములున్
నిక్కపు మణులును, నిలువున
చొక్కు రసతరంగిణులును శోధించుహృదిన్ 460

పురుటింటిలో నామె, పుట్టింటిలోనీమె
నట్టింటిలో నాకె నడచునాడు
బాలింతగా నీకె చూలింతగా నాపె
త్రుళ్ళింతగా నీపె తూలునాడు
కడుపులో నొకబుంగ కాళ్ళపై నొకలింగు
చంకలోనొక చెంగు జారునాడు
వీధిలో నొకకేక వీటిలో నొకకూక
పొట్టలో చిరుమూక పొర్లునాడు

అతని మేడ శృంగార దేవాలయమ్ము
నవని నిర్మిత బ్రహ్మ కార్యాలయమ్ము
వయసు గర్భిణుల ప్రసూతి వైద్యశాల
పదములను గిల్లు పిలగుంపు పాఠశాల. 461

ఏటికి ముగ్గురిద్దరు జ
నించిరి, యింక పదేళ్ళలోన, ఆ
రాటముతోడ బుట్టి పిల
రాజులు రాణులు రత్నకాంతులన్
మీటిరి, పాతికేళ్ళకు స
మీప గృహాంగణ భూమిమాయమై
వాటము దప్పె, కొత్తగ భ
వంతులు పుట్టెను 'కీ'లు 'బే' లకున్. 462

మెట్టులు పేర్చినట్లు, పిల
మీనులు నీటను మొల్చి నింగికిన్
గట్టులు పోసినట్లు, దివి
గర్వము పృథ్వికి జారినట్లు, కన్
పట్టెడు మాతృభిక్షుకులు
ప్రాప్తఫలాల భుజింప, వేదముల్
చెట్టులు పుట్టలన్ ధ్వనిత
చేతనతా ద్యుతి నింపునెప్పుడున్ 463

★★★

26. ప్రతాపము

యువరాజులుజ్జ్వల బలులు
నవతేజో నిధులు యుక్త నాయక వరులున్
జవసత్త్వ ప్రాయ ఘనులు
భువి భవ సూర్యులు వలతురు పులకల వెలుగుల్ 464

చెండాడు సైన్య శక్తిని
మొండిగ పోరాడ నేగి మూలము క్రుంగన్
మండుచు దోపిడి చేయగ
పిండారులు తెగబడి సెడ విడిసిరి తెగువన్ 465

ముసలితనము వచ్చి మెసల జాలని తండ్రి
కష్టనష్ట చయము కాలదన్న
రక్తముడుకు వారు రక్కసి పిండారి
మూకపొగరు నణచ పూనినారు 466

కృష్ణ యొద్దు గ్రామానంత ధృతిని జెరుప
మృత్యువును జొచ్చు పిండార్ల తృష్ణకాల్ప
బయలుదేరెను రాయుండు భద్రపరుడు
వెంట యువరాజులును సేన యంటిరాగ. 467

వేల గుంపు పిండారీల మేలమాడ
సేన బలగమ్ము నూరార్లు చేరకుండు
నైన ప్రజఆస్తి పాస్తి కాపాడవలయు
నదిని దాటెను సైన్యమ్ము నుదయమందె. 468

సైన్యము నడ్ప రాయు దురు
శౌర్యుడు వచ్చెననన్ ప్రచారమే
దైన్యము నీయ పిండరులు
తాల్చిరి కాళ్ళకు బుద్ధి చెప్పుటల్
మాన్యుడు రాయు సైన్యమధి
మార్గము నడ్డెను ఘోరయుద్ధమై
హైన్యము చెందు వారి గతి
యాతన తాల్చెను మృత్యురూపమై. 469

నచ్చిక పిండరీలు తెగ
నచ్చిరి దిక్కుల బట్టి పోవగన్
వచ్చిరి బందిఖాన పని
భాగ్యము కాంచగ కొందరేడ్చుచున్
మెచ్చెను సైన్యనాయకుడు
మేదిని యార్చెను సైన్యమోదమై
తెచ్చిన ముఖ్య నాయకుల
ద్రెంచ జనున్ యువరాజులుగ్రులై. 470

క్రోధము తాండవించు రణ
కోవిదులిద్దరు యోధులుద్ధతిన్
వేద నుతాగ్ని గోళముల
వేడిమి గ్రక్కుచు బంధిత ప్రహా
రాధమ చేష్ట బూన నగి
రాయుడు చెప్పెను "బంధనమ్ములన్
బాధిత యోధులన్ హనన
భ్రష్టవికారము దోషమే యగున్. 471

చంపుట గొప్పకాదు, క్షమ
సన్మణి, చంపి సమస్యలాపలే
మింపు చెడున్, ప్రమోదమిడ
మేలగు, ప్రాణము తీత శౌర్యమా
ర్గంపు ప్రచేష్టకాదు, చెడు
కర్తను చంపుటకన్న చెడ్డనే
చంపుట శ్రేయమౌ, చెడుల
చాలన మాపుట యొప్పు గొప్పగాన్ 472

ప్రభువులు పౌరులుం బరమ
భద్రులు సైనిక మార్గదర్శులున్
విభవము లోలలాడు జన
వేద్యులు వేల్పులు మృత్యముందు తా
మభయము నీయ నొప్పు, భయ
మంత్రము చెప్పగరాదు, చావు తె
చ్చు భయమె చావుకన్న నతి
చోద్యవికారి ప్రమాదమూలమై. 473

చంపుట కోరవద్దు, తెగి
చచ్చుట గొప్పగ చెప్పవద్దు, జీ
వింపుమనన్ ప్రతాపము, గ
తింపు మనన్ విపరీతమెయ్యెడన్
చంపక బుద్ధి బంధనము
సన్మతి జేయుట మేల్, విరోధి ద్వే
షింపక మృత్యు మోహము న
శింపగ కోరుడు సర్వవేళలన్. 474

మాటల తోడ చంపు పర
మాత్ములు కొందరు, రోత చేత తో
నాటగ జంపు పుణ్య చరి
తార్థులు కొందరు, మౌనఖడ్గ బా
హాటపు చావు దెబ్బల మ
హాత్ములు కొందరు, వర్ణసింహ క
ర్కోటక రక్తదాహముల
రుద్రులు కొందరు జాతి పీడకై. 475

పెంచుట మానవ ధర్మము
తుంచుట దానవుల నీతి, తోచున్ శుభముల్
మంచిని పోషించిన, నరు
లెంచగ మాధవులె యవుదు రెప్పుడు మనగన్" 476

యువరాజులకున్ రాయుం
డవనీ తలమున కననగు నద్భుతమయ్యెన్
భువి దివి కెగయగ ప్రాణపు
రవి బింబము రాయుడై పరాక్రమ మిచ్చున్. 477

★★★

27. విజయము

నాయుడు పిల్వనంపె, శివ
నాథుడు పిల్చిన భంగి పర్విడెన్
రాయుడు, శయ్యపైన శుభ
రాజ్యము పండిన రీతినున్నరా
జాయువు తీరు నంచు హృది
జారగ నిల్చెను, సైగతోడ రా
జేయగ జూచె ప్రాణముల,
చేతలు చాలవు దీపమారెడిన్ 478

రాత్రి చరింప నేరదు, ప
రాకున లేవడు, నిద్రపోడు, రే
సూత్రము నూగులాడె, సమ
శుభ్ర విభాజక పత్రమిచ్చి, చే
మైత్రిని "సాము సా"మని యె
మచ్చిక దువ్వుచు "రాజులిద్దరిన్
ధాత్రి వెలుంగగన్ సలహ
దారుగ చూడుము జీవితాంతమున్" 479

రాయుడు వచ్చునంచు, మృతి
రాకడ నాపును, రాగ చంపు, నా
కీయును ప్రాణమంచు, యమ
కింకరులన్ వడిబట్టి బందిఖా
నా యెడ నుంచునంచు, తన
నాయువుతోడుత నిల్పునంచు తా
జేయును మేలు సేతలను
చెప్పు శుభమ్ముల నంచు చూచెడిన్ 480

రాయునికి శక్తి చాలదు,
నాయుని కోరికలు తీర నాగవు, గాలుల్
మాయవు, ప్రాణము నిల్వదు,
న్యాయము మోసికొని పోవు నాయువు చిలుకన్. 481

కనుపింపలేదు సూర్యుని పతాక వెలుంగు
లుదయాద్రి శిఖరాగ్రమూగిపోయె
వినిపింపలేదుగా పికకాక కూజితా
లురు కోట బురుజులున్ కురుచలయ్యె
నల్లాడలేదు వేపాకు వీవన గాలి
యుద్యాన వనశోభ యుడిగిపోయె
గొంతెత్తలేదు స్వర్ గోమాత కన్నీట
పసులమందలు మూగ ప్రాణులయ్యె

తెల్లవారలేదు వెల్లగొడుగు లేదు
కోట కదలలేదు, కొలువు లేద
నంత శూన్య మెట్టు లావరించెనొ కాని
శబ్దశక్తి పోయె జగతి నుండి 482

దశదినకర్మకు రాయుడు
వశుడయ్యెను, తనయులుచిత వర్తన చేయన్
దిశలెల్ల ప్రభల వెలుగగ
నశనము రాయుండు ముట్టె నాత్మ దివి నిడన్ 483

నాగన కొక్కడే సుతుడు
నాణ్యత నిచ్చెడి రామనాథ బా
బీగల చంద్రమౌళికిని
ప్రేముడి పుత్రుడు జగ్గనాథ బా
బాగగ రాయ తేజునకు
భద్రులు నిద్దరు పుత్రులింక "నూ
రేగగ కావు" మంచు పిత
లిద్దరు నిచ్చిరి పుత్రు లిద్దరిన్ 484

★★★

పుత్రులు పుత్రికల్ పెరుగు
పుణ్యులు నుండిరి లెక్కలే దికే
మాత్రము పేర్లు చెప్పు నవ
మానము పొందదు నెందరుండిరో
అత్రము నత్తలిండ్ల కయి
ఆయమ లెందరు నేగినారొ, తత్
సూత్రము గట్ట కోడలని
చొచ్చిన దెందరొ సైన్యమయ్యెడిన్ 485

కొడుకెవడొ మనుమడెవడో
యడిగిన కాని తెలియదది యంతయు మాయే!
విడివిడి గుర్తులు తెలియవు
వడివడి వర్ధిల్లినారు వయసులు తోడై. 486

తల్లులు పిల్లలుం దరియ
తల్లిది వర్ణము తెల్యు, తల్లి చా
ల్పిల్లల వర్ణముల్ దెలియు,
పెండ్లులు బిడ్డల వర్ణభిన్నమై
చెల్లెను, పంచ వర్ణ సహ
జీవన సూత్రము పాంచవర్ణ్యమై
మెల్లగ సాగగా గృహపు
మేదిని కూడెను పంచవర్ణముల్ 487

ఒక జట్టు తగుశక్తి వికసించి కొలకలూ
రను భవ్య తేజమ్ము రంగరించె
ఒక జట్టు చనివేగ నుప్పు గొండూరులో
సంస్థాన సామ్రాజ్య శక్తి నిలిపె
ఒక జట్టు పరతెంచెనిక వేటపాలెమ్ము
కోటలో పాగాను కొలువు దీర్చ
ఒక జట్టు వీరులై యకలంక ధరణికో
టను నిల్చి శౌర్యాగ్ని జనులు నయ్యె

ఇంక నందరన్నియు దిక్కు లెక్కి పోగ
ఊరిలో రాయుడును భార్యలుండినారు
తొంబదేడుల రాయుండు పంబరేగ
నాడు పాడును వ్రాయు మహాత్మ శక్తి 488

కుంఫినీ దొరలపై కోరి చంపగలేచు
భారతీయుల శక్తి భద్రమాయె
గోల్కొండ సుల్తాను కుటిల తంత్రము పన్ని
రాజ్య భద్రత నీయ రచ్చబెట్టె
నాంగ్లేయ సైన్యమ్ము నాహ్వానముల బంపి
సన్న్యాస సంస్థాన సమితి జచ్చె
తెల్లవారికి లొంగి తిక్క బట్టిన వారి
తిట్టిపోసిన దినాల్ తెల్లవారె

రాయుని ప్రమోద పర్యంత రాజరికము
నూరు వదలని యువశక్తి నూపుచుండె
మొదటి స్వాతంత్ర్య సమరాన మూర్ఖజనుల
కొట్టి బంధింప రాయుండు కోరినాడు 489

ఘంటము తాళ పత్రములు
కాదని కాగితముల్ కలాలు చే
నంటెను, సంస్కృతాంధ్రముల
నచ్చున గ్రంథములున్ కరాన పే
రంటము బిల్చె, మారెను స్వ
రాష్ట్రము, మాన్యత వెల్గె దిక్కులన్
అంటునొ అంటదో జగము
నాద్యుని మాదిగ భాగ్య శాలినిన్ 490

భార్యలు భర్త పెంపొనర
పల్కు సరాగ సరాలు దాల్చుచున్
సూర్యుడు చంద్రులై నెనరు
చూపి ప్రమోదము పెంచి, నిద్రపో
చర్యలు మాని మాటల ప్ర
సాదము ప్రేమగ నారగింతు, రా
శ్చర్యము దంపతుల్ తనియ
జాలని మోహపు కాలయాత్రకై. 491

తోరపు ముద్దువాడు, కన
తొంబది మూడగు వత్సరాల పై
మీరిన వాడు, బిడ్డలను
మీదుగ జూచు విధాత, ప్రేమ పం
దేరము చేయు యోగకవి
దేవుడు, కౌగిలి నిచ్చి, నవ్వు పూ
లారము గ్రీవమొత్తి, సెల
వంచును కన్నులు మూసె రాయుడున్ 492

దీవించినారురా దివిజ లోకము నుండి
ధర్మరాయుని స్వాగతమ్ము లిడుచు.
ప్రేమించినారురా విలపించు భార్యలున్
పూలహారాల వీడ్కోలు లిడుచు
పూజించినారురా పుత్ర పుత్రిక లేడ్చి
కన్నీట పాదాల కడుగ నిడుచు
నుతియించినారురా మతిచెడ్డ పసివారు
లేనీటి కనుల పూరేకులిడుచు

బంధుగణమెల్ల భజియించె భక్తి వెలుగ
రాష్ట్ర జనమెల్ల సంతాప రాజ్యమేలె
పిట్టగములెల్ల ప్రజల రాబట్ట నరిచె
కనలు కన్నీటితో కృష్ణ కదలిపోయె 493

జంతు తతులెల్ల కన్నీటి సంతలయ్యె
ప్రకృతి సర్వమ్ము నైరాశ్య పథము బట్టె
పాడె మోయంగ పురుషులు పాటు పడగ
కొంగుబట్టి స్త్రీల్ స్వర్ భిక్ష కోరినారు 494

వచ్చినది వట్టి చేతుల,
నిచ్చినది విశేష విశ్వ నీతిన్ ఖ్యాతిన్,
తెచ్చినది తెగందీయని
పిచ్చుక గూడులను, వదలివెళ్ళుట తరమా? 495

కాలము కిలాడి యనుబం
ధాలను పెంచుతరి ద్రుంచు, ధర్మము యమబం
ధాల నిదానము వదలక
మేలము లాడును సరాగమిచ్చును మృతియై. 496

పోయెను రాయుడున్, వదలి
పోయెను భార్యలు పిల్ల పిల్లలన్,
పోయెను మంత్రిమాన్యములు,
పోయెను ప్రేమలు బంధు సూత్రముల్,
పోయెను త్యాగ మోహములు,
పోయెను సత్యము ధర్మకర్మముల్,
పోయెను శాంత యుద్ధములు,
పోయెను మానవ శక్తియుక్తులున్. 497

చెప్పులం దుడిచి ముంజేత మొక్కుచుదీసి
పేర్మియర్గున బెట్టు పెద్ద భార్య
నూల్ పంచె గర్వమ్ము పాల్ బంచ గగనమ్ము
నెగురు జెండా దాయనిచ్చు కొడుకు
మీసమ్ము మెలిద్రిప్ప మెరయు సంపెగనూనె
కోరి వాసన జూచు కొడుకు కొడుకు
తలపాగయె కిరీట ధర్మమూర్తిగ బట్టి
వ్యాస పీఠమునుంచు ఫాతిమమ్మ.

రాయు దైనందిన విభూతి రాజి నరసి
తీసిపెట్ట చూపరుల ప్రతీక్ష పెరిగె
మాదిగలు చెందు నిజమైన మాన్యగతుల
తెలిసికొని చెప్పులన్ మొక్కి సెలవు గొనిరి. 498

బొట్టులు కాటుకల్ పువుల
పూర్ణత నిచ్చును రత్నమాంబ, చూ
పెట్టును మెట్టెలందెల ప్ర
భేదము శారద, శాంత గూట దా
పెట్టిన గాజు పూసల ప్ర
వేశము దెచ్చును, లక్ష్మితాళులన్
పట్టును, తెల్ల చీరెలను
ఫాతిమ తీయును పుణ్యచేష్టకై 499

రాజులును వృద్ధులైనారు, రాజ్యఖండ
ములు సివిలు కోర్టు గోడలన్ ముద్దులిడగ
కుంఫినీ దొరల్, కోరి ముక్కోపదాయ
భాగ వారసుల్ కోట రాపాడినారు 500

నామమాత్రంపు నాయు నినాము భూమి
పంట, రాయుతో కాలమ్ము పంచుకొనెను
రాయు పిల్లలున్ పిలపిల్ల రాజ్యమంత
చిల్లిగవ్వలు లెక్కించ చేతగాదు. 501

ఎంత సాహిత్య సౌభాగ్య? మెంతగాన
నృత్య మాధుర్య మెంత పాండిత్య గరిమ?
వ్యూహ సేనాని సౌందర్య యుద్ధమెంత?
రాయు సౌజన్య సత్కళా రాజ్యమేది? 502

రాయు వీరమ్ము త్యాగమ్ము రాజికావు
రాయు ధర్మమ్ము శాంతమ్ము రాగమిచ్చు
రాయు కృషి కాలగర్భాన మాయమయ్యె
రాయు శక్తి యుక్తులు నిల్పు రాతలేదు. 503

పిల్లలను పెంచు తల్లిప్రేమ పెరుగునట్లు
శాంతశౌర్యము నూర్పోయ శ్రద్ధ చూపు
రాయు నాయువు చిరకాల రాజ్యమేల
జానపద కథల్ గాథల్ ప్రచారమిచ్చె. 504

శుభమగు రాయు గాథకు ప్ర
సూన పరాగ పరీమళమ్ముగాన్
శుభమగు వీరమాదిగల
సూక్ష్మ వివేక సుధర్మ రాశికిన్
శుభమగు దీనమాదిగల
శూన్యకరాల వరాల నింపగన్
శుభమగు పంచమాంధ్రుల ప్ర
చోదిత దీప్తికి సూక్ష్మబుద్ధికిన్
శుభమగు మాల మాదిగల
శుష్క వివాద వినాశనానకున్
శుభమగు కొండ జాతిదగు
క్షుత్తు పిశాచిని పారద్రోలగన్
శుభమగు చేతివృత్తులను
స్రుక్కి కృశించెడి జాతి వెల్గుకున్
శుభమగు స్త్రీల పీడనలు
చూడని సూర్యుడు నిద్రలేవగన్
శుభమగు పేదకన్నులకు
చూపు నొసంగు విశుద్ధ చర్యకున్
శుభమగు శూద్ర సోదరులు
సుప్త సుశక్తులు మేలుకొల్పగన్
శుభమగు రైతు బాంధవుల
సుందర భావికి పాడిపంటకున్
శుభమగు హిందు ముస్లిముల
శ్రోతృ వివేక విశాల బుద్ధికిన్
శుభమగు విశ్వమానవుల
సూనృత వాణికి ధర్మచేష్టకున్
శుభమగు విశ్వపాలకుల
శుభ్రిత ఖ్యాతికి నీతి దృష్టికిన్
శుభమగు భారతాంబకు సు
శోభిత మూర్తికి ధన్యజీవికిన్
శుభమగు నాంధ్ర జాతికివి
శుద్ధ యశోనిధి కన్నివేళలన్ 505

★★★

3. కవి పరిచయం

పద్మశ్రీ, కల్నల్ పురస్కారాలు పొందిన ఆచార్య కొలకలూరి ఇనాక్, శ్రీ వేంకటేశ్వర విశ్వవిద్యాలయం ఉపాధ్యక్షులుగా, శ్రీ కృష్ణ దేవరాయ విశ్వవిద్యాలయ కళాశాలల అధ్యక్షులుగా, శ్రీ కృ, వి. వి. విద్యాభివృద్ధి సంస్థ సంచాలకులుగా, ఆం.ప్ర. సాహిత్య అకాడమీ అధ్యక్షులుగా పదవీ బాధ్యతలు నిర్వహించారు. విశ్వవిద్యాలయ ఆచార్యులుగా యు.జి.సి. విశిష్ట ఆచార్యులుగా తెలుగు పాఠన పరిశోధనలు కావించారు.

వీరి కవిత్వ, కథానికా, నవలా, నాటక, సాహిత్య విమర్శ, పరిశోధన, అనువాద సృష్టిలో 104 సాహిత్య గ్రంథాలు ముద్రితాలు. వీరు దళిత, స్త్రీ, బహుజన, గిరిజన, ముస్లిం, పీడితవర్గ, వర్ణ విముక్తివాద ప్రజా రచయిత.

వీరు సాహిత్య సృజనకు విశ్వవిద్యాలయ (1957-59), కేంద్ర (దృష్టి 1958), రాష్ట్ర (జైహింద్-1965), పత్రికా (ఆంధ్రప్రభ అనాథ నవల-1961) బహుమతులు పొందారు.

వీరు ఆంధ్రప్రదేశ్ సాహిత్య అకాడమీ, కథానిక (ఊరబావి 1987), నాటకం (మునివాహనుడు -1989) సాహిత్య విమర్శ (ఆధునిక సాహిత్య విమర్శ సూత్రం - 1998), జ్ఞానపీఠ్, మూర్తిదేవి (అనంత జీవనం -నవల - 2015), కేంద్ర సాహిత్య అకాడమీ (విమర్శిని 2018) పురస్కారాలు పొందారు. కేంద్ర సాహిత్య అకాడమీ ఆధునిక విశిష్ట గ్రంథ స్రష్టగా గుర్తింపు పొందారు. దేశ , విదేశ , కేంద్ర , రాష్ట్ర ప్రభుత్వ, ప్రభుత్వేతర కళా సాహిత్య సాంస్కృతిక సంస్థల పురస్కారాలు, గుర్తింపులు శతాధికంగా గ్రహించారు.

సాహిత్యవేత్తగా, విద్యావేత్తగా దేశ విదేశాలలో పర్యటించిన వీరి సాహిత్యం, హిందీ, ఇంగ్లీషు, తమిళ, మలయాళ, ఒడియా, పంజాబి, మణిపురి, జర్మన్, ఫ్రెంచి భాషల్లోకి అనువాదమయింది. వీరి సాహిత్యం మీద భారతీయ విశ్వవిద్యాలయాలలో తెలుగు, హిందీ, ఆంగ్ల శాఖల్లో చేసిన పరిశోధనలకు డాక్టరేటు (24) యం. ఫిల్ (21), డిగ్రీలకు ప్రదానమయ్యాయి. వీరి గ్రంథాలు యు.జి; పి.జి; ఇంటర్ మీడియేట్ పాఠశాల తరగతులకు పాఠ్య గ్రంథాలయ్యాయి.

వీరి సాహిత్యం మీద విశ్వవిద్యాలయాలు, సాహిత్య సంస్థలు, సెమినార్లు, వెబినార్లు (22) నిర్వహించాయి. డెబ్బై ఏళ్ళ నుంచి సాహిత్య సృష్టి చేస్తున్న, ఎనభై నాలుగేళ్ళ ఆచార్య కొలకలూరి ఇనాక్ నేటికీ తెలుగు సాహిత్యాన్ని సుసంపన్నం కావిస్తున్నారు.

www.ingramcontent.com/pod-product-compliance
Lightning Source LLC
LaVergne TN
LVHW031431170726
843492LV00010B/2954

* 9 7 8 8 1 9 6 2 6 6 7 9 0 *